हाय टेक वे फॉरवर्ड..
भविष्यवेधी नवकल्पक तंत्रज्ञान
सुनील खांडबहाले

हाय(टेक)वे फॉरवर्ड

भविष्यवेधी नवकल्पक तंत्रज्ञान

सुनील खांडबहाले

KHANDBAHALE

माझे प्रेमळ आईवडील, कुटुंबिय, सहकारी मित्र-परिवार आणि सद्गुरुंचरणी..

सामग्री

।। हरि ॐ ।।

आशीर्वाद

सद्गुरुवर्य श्री. किसन महाराज साखरे

ॐसद्गुरुवर्याय श्रीकृष्णाय । प्रस्थानत्रयस्य सुभाष्यकाराय ।
श्रीज्ञानेश्वरीताम्रपटकाराय । साधवे सद्गुरवे नमः शिवाय ।।१।।
अलंकापुरीसिद्धबेटे शिष्टाय । विज्ञानदात्रे साधकोद्धारकाय ।
श्रोत्रियकृपालवे ब्रह्मनिष्ठाय । योगिने सद्गुरवे नमः शिवाय ।।२।।
अंतःकरणशुद्धिम् निष्कामेण कर्मणा ।
अंतःकरणस्थैर्यम् निष्कामया श्रीभक्त्या ।
पामरान् विषयिनः च साधकान् कर्तारम् ।
ज्ञानिनः नमस्करोमि सद्गुरुं श्रीकृष्णम् ।।३।।

इतिश्रीमत् श्रीकृष्णशिष्येण, साखरेसाम्प्रदायिकेन साधकेन विरचितं,
सद्गुरुवर्यस्य श्रीसाखरेमहाराजस्य प्रार्थनायाः श्लोकत्रयं संपन्नम्.
श्रीकृष्णार्पणमस्तु ।। श्रीगुरुचरणारविंदार्पणमस्तु ।।

मार्गदर्शन

डॉ. श्री. विजय भटकर सर

संत तेचि शास्त्रज्ञ । शास्त्रज्ञ तेचि संत ।
करिती कार्य एक । अज्ञान उच्चाटण ।।१।।

शास्त्र सांगे ज्ञान । अज्ञान विज्ञान ।
करावया सज्ञान । अवघे सकलजन ।।२।।

श्रोत्रिय ब्रह्मनिष्ठ । कृपाळू जसे संत ।
पंडित प्रमानिष्ठ । तसे वेत्ता विज्ञान ।।३।।

कृष्णशिष्य म्हणे । पूर्वींचे जे संत ।
वैज्ञानिक ते आज । नाही अंतर दोघां ।।४।।

जे जे आपणासी ठावे...

मागील दोन दशकांहून अधिक काळ नवकल्पक उद्योजगता व तंत्रज्ञान क्षेत्रात काम करताना खूप काही शिकायला मिळाले. "जे जे आपणासी ठावे। ते ते इतरांसी सांगावे। ... " या समर्थ रामदास स्वामींच्या उक्तीप्रमाणे, प्राप्त ज्ञान व मिळालेले अनुभव यावर आधारित लोकशिक्षणासाठी तंत्रज्ञानविषयक काही तरी योगदान देता यावे यादृष्टीने अनेक प्रसार माध्यमातून लिहिण्याचा मी नेहमी प्रयन्त करत असतो. महाराष्ट्र टाइम्स, दिव्य मराठी, लोकमत, सकाळ, लोकसत्ता यांसारख्या अग्रगण्य दैनिकांमध्ये प्रकाशित झालेल्या विविध लेखांस वाचकांचा उत्तम प्रतिसाद मिळाला. वाचकांकडून खूप काही नवीन शिकायला मिळाले. खूप सारे अभिप्राय मिळाले. अनेकांनी फोन केले, ईमेल व पत्र लिहिली. व्यस्त जीवनशैलीमुळे किंवा चुकून वाचनात न आलेले मागील प्रकाशित झालेले लेख अनेकांनी नंतर मागवून घेतले, काही शाळांमध्ये लेखांचे सार्वजनिक वाचन झाले. आकाशवाणीवरही ध्वनिमुद्रित लेखांचे वाचन झाले. सोशियल मीडियावर अनेक आप्तस्वकीय, मित्र-सहकाऱ्यांसोबत ते शेअर केले. अनेक तरुणांनी लेखांतुन प्रोत्साहन घेत काही कल्पनांवर प्रत्यक्षात काम करणेही सुरु केल्याचे समजले. त्यामुळे एकूणच लेखन-प्रपंच सार्थ ठरत असल्याचे समाधान आहे. तंत्रज्ञानविषयक लोकशिक्षण उपक्रमास विविध प्रसार-माध्यमांचे संपादक, पत्रकार बंधू-भगिनी आणि वाचकांचे सहकार्य लाभले, सर्वांचे मनपूर्वक आभार. अनेक वाचक, सहकारी, मित्र-परिवार यांच्या आग्रहास्तव निवडक लेखांचे पुस्तकरुपी विचार आपल्या सेवेत.

प्रस्तावना

भविष्यवेधी नवकल्पक तंत्रज्ञान

विचार करा कि आपली घरं आतां फक्त जमिनीवरच नाही तर समुद्रात आणि आकाशात देखील असतील, विनावाहक मोटारगाड्या फक्त रस्त्यावरच चालताना नाही तर आकाशातही उडताना दिसतील, हजारो मैल असलेले आपले आप्तस्वकीय फक्त संगणकाच्या पडद्यावरच नाहीत तर अगदी आपल्या जवळ असलेली भासतील आणि एवढंच नाही तर तुम्ही हजारो वर्ष निरोगी आयुष्यमानाचीही अपेक्षा धरु शकता. अतिशयोक्ती वाटते ना? पण हे नजीकच्या काळात प्रत्यक्षात आल्यास आश्चर्य वाटू नये. कारण जगभरात असेच एक ना अनेक प्रयोग यशस्वी करण्यात कैक शास्त्रज्ञ अहोरात्र झटत आहेत. आताचे युग हे माहितीच्या आदानप्रदानाचे युग आहे हे वेगळे सांगावयास नको. २.५ क्वेन्टीलियन डाटाची निर्मिती दर दिवसाला होत आहे. दररोज निर्माण होणारा हा डाटा इतका मोठा आहे की जगभरात असलेला ९० टक्के डाटा केवळ मागील दशकात निर्माण झाला आहे. बिग-डाटा च्या प्रभावामुळेच संशोधनाची गती वाढण्यास नजीकच्या काळात मदत झाली आहे.

फेसबुक कनेक्टीविटी उपक्रमांतर्गत सौरउर्जाचलित इंटरनेट विमान, त्या नंतर गंभीर अपघाताच्या वेळी अथवा शस्त्रक्रिया करताना केवळ १२ सेकंदात रक्तस्त्राव थांबवू शकेल अशा शेवाळ आधारित जेलचा

शोध, जिभेवर ठेवताच तत्काळ विरघळणारी ३ डी प्रिंटेड औषधी गोळी, अतिवृष्टीच्या परिस्थितीत जलप्रलय टाळता यावे यासाठी १ मिनिटात ३००० लिटर पाणी शोषणारे सिमेंट, मानवी मलमूत्रापासून शुद्ध पाणी आणि उर्जानिर्मिती, डीएनए मध्ये आवश्यक बदल घडवणारा शोध ज्यामुळे जीनोममध्ये संभाव्य आजाराचा नको असलेला कोड काढून त्या जागी नवीन कोड बसवला जातो, इबोला रोगप्रतिबंधक लस, रोगप्रतिबंधक डास, कार मध्ये परावर्तीत होणारे विमान यांसह केवळ ५०० रुपयांत संगणक निर्मितीचे संशोधन सर्वांच्या चर्चेचा विषय ठरले.

इंटरनेट ऑफ थिंग्ज च्या प्रभावामुळे कोट्यवधी साधने एकमेकांना जोडली गेली. येणाऱ्या काळात जग माहितीच्या आदानप्रदानावरच आधारित व अनुषंगिक स्वरुपाचे असेल. मानवी शरीर तसेच बांधकाम वस्तूंमध्ये नॅनोसेंसर स्थापित करून वैद्यकीय, शेती, स्थापत्य व औषधनिर्मिती क्षेत्रात मोठी प्रगती होऊ शकेल. सोडियम, झिंक आणि अल्युमिनियम आधारित बॅटरी मुळे पर्यावरणपूरक, स्वच्छ आणि २४ तास खात्रीशीर वीज मिळू शकेल अशी अक्षयऊर्जा निर्मिती शक्य झाल्याने दुर्गम भागातील खेडीपाडीही प्रकाशमय होण्याची आशा निर्माण झाली आहे. ऑटोनॉमस व्हेईकल अर्थात सेल्फ-ड्रायव्हिंग कार क्षेत्रात अनेक कंपन्यांनी रस घेतला असून त्यामुळे अपघात तसेच संभाव्य जीवितहानी टाळणे, प्रदूषण निर्मूलन व जेष्ठ तसेच दिव्यांग व्यक्तींचे जीवन सुखकर होण्यास मदत होणार आहे. सभोवतालच्या वाय-फाय तसेच दूरभाष लहरींच्याद्वारे आपली इंटरनेट व इलेक्ट्रॉनिक उपकरणे विद्युतभारित करणे शक्य आहे. भविष्यात

इमारती, रस्ते, गाड्या आपल्याशी मानवाप्रमाणे संवाद करू लागल्यास आश्चर्य वाटू नये. रोबोट्स रोबोट्सला शिकवतील, धुळीच्या प्रदूषणापासून मुक्त होण्यासाठी व्यक्तिगत हवा-शुद्धक यंत्र, संततीहीन जोडप्यांसाठी अगदी खऱ्या वाटाव्यात अशा भावनायुक्त बाहुल्या, ऑर्गन-ऑन-चिप, वाढत्या मधुमेही रुग्णांची संख्या लक्षात घेता रक्तातील साखर नियंत्रणासाठी स्वयंचलित कृत्रिम स्वादुपिंड, स्पर्शविरहित तापमापक, भुकंप-रोधक बिछाना, घडी घालता येईल ल असे दुचाकी शिरस्त्राण (हेल्मेट), विजेच्या दिव्यांसह अनेक हवेत तरंगती उत्पादने असे बरेच काही भविष्यवेधी तंत्रज्ञान जगाला दिली.

वाढते शहरीकरण हे एक जागतिक आव्हान आहे. माणसे, प्राणी, कचरा, इमारती व वाहनांच्या भाऊगर्दीमुळे आणि अपुऱ्या संसाधनांमुळे शहरं विद्रुप तर सुविधा क्लेशदायक ठरत आहेत. यावर निश्चित उत्तर म्हणजे तंत्रज्ञान. शहरी जीवनमान सुसह्य करण्यासाठी जगभर तंत्रज्ञानाचा नियोजनबद्ध वापर करण्यावर आता जोर दिला जात आहे. शहरे स्मार्ट करण्याबरोबरच शहरातील नागरिकही स्मार्ट कशी होतील यासाठी नवनवीन तंत्रज्ञानाबद्दल जनप्रबोधन करणेही तितकेच महत्त्वाचे. त्यादृष्टीने 'महाराष्ट्र टाइम्स' कडून तंत्रज्ञान विषययावर लेखमला लिहिण्यासाठीची मला विचारणा झाली. त्याबद्दल 'मटा' चे आभार. मी गेली एक-दिड वर्ष अमेरिकेत वास्तव्यास असताना आणि तेही फेसबुक, गुगल, एमआयटी सारख्या तंत्रज्ञानाच्या पंढरीत वावरतांना तंत्रज्ञानात होणारे बदल मला अगदी जवळून अनुभवता आले. पाश्चिमात्य राष्ट्रांची सरकारी धोरणं, तेथील नागरिकांची मानसिकता, पुरेशे प्रशिक्षित मनुष्यबळ, भक्कम पायाभूत

सुविधा आणि अद्ययावत संसाधनं हि सगळीच कशी त्यांच्या विकासासाठी पूरक आहेत याचा अभ्यास करता आला. आपल्याकडेही प्रयत्नांती ते सहज शक्य आहे. माझ्यामते 'समस्या'चेच दुसरे नाव 'संधी'!

ओपन-डेटा-इनिशिएटिव्ह

अर्थात 'मुक्त-आधारभूत माहिती-उपक्रम'

आज नळाला पाणी आलेच नाही, रेल्वे नियोजित वेळेपेक्षा काही तास उशिराने धावतेय, शहर वाहतुकीचा मार्ग अचानक बदलला, रक्तपेढीत हव्या त्या रक्तगटाचे रक्त शिल्लक नाही, किरकोळ दुरुस्तीसाठी काही काळ वीजपुरवठा खंडित झाला, आज कार्यालयाला सुट्टी आहे, साहेब रजेवर आहेत, बँकेत रोकडच शिल्लक नाही अशा एक ना अनेक गोष्टी आपल्यासाठी नवीन नाहीत. भारतासारख्या अफाट लोकसंख्येच्या आणि नाना वैविध्य असलेल्या देशात काही अडचणी आपणही समजू शकतो परंतु कुठलीही पूर्वसूचना न मिळता अशा संकटांचा सामना करावा लागणे हे किती क्लेशदायक असते हे आपल्याला वेगळे सांगावयास नको. आपल्या शहरातील घडामोडी तसेच कधी-कुठे-काय नियोजित आहे याची अचूक माहिती मिळाल्यास, नागरिकांचे जीवन सुखकर होण्यास मदत होते. पाश्चिमात्य देशांमध्ये नागरिक त्यांच्या एक-एक सेकंदाचे नियोजन करू शकतात. त्यांना ते सहज शक्य आहे कारण यंत्रणेने तसेच तेथील नागरिकांच्या उत्स्फूर्त योगदानातून त्यांना सभोवतालच्या घडामोडींची तसेच मूलभूत सोयीसुविधांची इत्यंभूत माहिती उपलब्ध

असते. त्याचे कारण म्हणजे 'ओपन-डेटा-इनिशिएटिव्ह' अर्थात 'मुक्त-आधारभूत माहिती-उपक्रम'.

'ओपन-डेटा' किंवा 'मुक्त-आधारभूत माहिती' म्हणजे अशी माहिती जी सरकारी, निमसरकारी, सेवाभावी तसेच खाजगी संस्थांद्वारे अधिकृत संकेतस्थळांवर नियमित प्रकाशित केली जाते आणि जी जनहितार्थ विनानिर्बंध सार्वजनिक केलेली असते. 'ओपन-डेटा' चा मूळ उद्देश राष्ट्रीय संसाधनांचा इष्टतम उपयोग, आर्थिक अभिवृद्धी, लोकसेवेचा दर्जा, क्रयशीलता, आर्थिक मूल्य सुधारणे यांसोबतच सरकारी उत्तरदायित्व निर्माण करणे व नागरिक आणि प्रशासन यातील संवाद वाढवून सरकारी कामकाजात पारदर्शकिता निर्माण करणे असा असतो. ज्याचा फायदा केवळ संस्था व नागरिक यांनाच नाही तर 'डीप-डेटा-लर्निंग' म्हणजे माहिती-आदानप्रदान प्रभावाचा सखोल अभ्यास करून नवनवीन लोककल्याणकारी योजना आखण्यासाठी खुद्द सरकारलाही होत असतो. आनंदाची गोष्ट म्हणजे आजमितीला जगभरातील निम्म्याहून अधिक देशांनी ह्या खुल्या माहितीच्या धोरणाचा पुरस्कार केला आहे आणि आपल्यासाठी अभिमानाची गोष्ट म्हणजे भारत सरकार देखील यात अग्रेसर आहे. भारत सरकारद्वारा डेटा.जीओव्ही.इन (https://data.gov.in) या अधिकृत संकेतस्थळामार्फत केंद्र सरकारच्या १०३ विभागांच्या सुमारे पन्नास हजार संसाधनांच्या चार हजारहुन अधिक विषयसूची अहवाल उपलब्ध करून दिले गेलेले आहेत. ह्या उपलब्ध माहितीवर आधारित देशातील अनेक तरुण स्वतःच्या स्टार्टअप्स सुरु करत आहेत.

सोशल मेडिया व माहिती तंत्रज्ञानाच्या युगात सर्वांना 'विस्डम ऑफ क्राउड' चे महत्व समजले आहे. 'विस्डम ऑफ क्राउड' म्हणजेच 'जनशक्तीचे एकत्रित ज्ञान' अर्थात जटील समस्यांच्या निराकारणाचा प्रयत्न एकट्या-दुकट्या व्यक्तीने, संस्थेने अथवा समुदायाने करण्यापेक्षा व्यक्तिगत स्वरूपात जगभर विखुरलेले जे ज्ञान व कौशल्य आहे यांच्या एकत्र प्रयत्नाने सर्वसमावेशक असे प्रभावी उत्तर शोधण्यावर अनेक देश सध्या भर देत आहेत. विविध वाहतूक मार्गांवरील वाहनांच्या गर्दीची प्रत्यक्षदर्शी स्थिती कळावी यासाठी लोकसहभागातून तयार झालेले 'वेज' नावाचे अॅप, नकाशांसाठी प्रसिद्ध गुगल मॅप्स, मुक्त व मोफत ज्ञानकोश म्हणजे विकिपीडिया, संगणक प्रणाली लिनक्स, मोझिला फायरफॉक्स वेब ब्राउजर, जगप्रसिद्ध खेळण्यांची कंपनी लेगो, एअरबी अॅंड बी अशया यशस्वी क्राउड-सोर्स्ड उदाहरणांतून प्रभावित होत 'ओपन-डेटा' धोरण पक्के होत गेले. प्रगत राष्ट्रांमध्ये 'ओपन-डेटा' व 'विस्डम ऑफ क्राउड' च्या माध्यमातून सामाजिक संशोधन व समाजोपयोगी तंत्रज्ञान निर्मितीस बळ मिळत आहे. त्यामुळे डेटा-विश्लेषण, डेटा सादरीकरण, डेटा-पत्रकारिता हि क्षेत्रे वाढीस लागत आहे. तेथील प्रशासन डेटा-एपीआय अर्थात माहिती-संवाद-यंत्रणा देऊ करत नागरिकांच्या सहभागातून स्थानिक प्रश्न सोडवण्याच्या उपाययोजना करत आहेत. उपलब्ध माहितीच्या आधारे देशातील तरुण विद्यार्थी, तंत्रज्ञ व उद्योजक दैनंदिन समस्या सोडवण्यासाठी 'डेटा-ड्रिव्हन-टेकनॉलॉजि-सोल्युशन्स' अर्थात माहिती आधारित तंत्रज्ञान सुविधा निर्माण करत आहेत. त्यासाठी शाळा, महाविद्यालये व विद्यापीठांमधून विविध कार्यशाळा (हॅकेथॉन), शिबिरे, चर्चासत्रे व परिषदा आयोजित केल्या

जातात. बदलते वातावरण, वाढते तापमान, शिक्षण आणि आरोग्य, असमानता, गरिबी, वाढता भ्रष्टाचार व बेरोजगारी यांसारख्या जागतिक प्रश्नांसाठी अनेक देश आपली माहिती व आकडेवारी जनहितार्थ प्रसारित व सार्वजनिक करत आहेत. युनायटेड नेशन्स हि संस्था जागतिक मानवी कौशल्य कार्यान्वित करून मोठ्या स्तरावर जागरूकता व लोकशिक्षण सारखे उपक्रम राबवत आहे. यासोबतच गुगल, फेसबुक सारख्या कंपन्या देखील आपले तंत्रज्ञान नवतरुणांना देत ओपन-डेटा च्या माध्यमातून रोजगाराच्या नवनवीन संधी निर्माण करण्यास मदत करताना दिसतात. विविध नागरिक सुविधा इ-गव्हर्नन्सच्या माध्यमातून डिजिटलाइज्ड करताना स्थानिक प्रशासनही लोकोपयोगी माहिती अद्ययावत ठेवण्याच्या दृष्टीने प्रयत्नशील दिसते आहे.

स्मार्ट सिटी निर्मिती प्रक्रियेत सिटीझन्स अर्थात नागरिकही स्मार्ट होणं तितकंच महत्वाचं. त्यादृष्टीने नागरिकांचा उत्स्फूर्त सहभाग मिळाल्यास 'ओपन-डेटा' च्या माध्यमातून आपण सर्वांगीण विकासाच्या दिशेने वाटचाल करु शकतो. शहरातील तरुणांच्या मदतीने कल्पक योजना राबवता येऊ शकतात.

स्मार्ट सिटी

अर्थात 'अद्ययावत शहर'

स्मार्ट सिटी अर्थात 'अद्ययावत शहर' म्हणजे काय? जी सध्या आहे तीच सिटी स्मार्ट होणार कि पूर्णतः नवीन स्मार्ट सिटी तयार करणार? बरं सिटी स्मार्ट करायची म्हणजे नेमकं काय करायचं? कुणी करायची? त्याचा फायदा काय? कुणाला? असे तुम्हा आम्हा सामान्यांना पडलेले सर्वसाधारण प्रश्न.

खरं तर स्मार्ट सिटी ची जगद्मान्य ठराविक एक अशी व्याख्या नाही. स्थलकालपरत्वे स्थानिक नागरिक आणि प्रशासन यांच्या एकत्रित इच्छाआकांक्षा, गरजा, उपलब्ध संसाधने, शक्ती, सुरक्षा आणि मर्यादांनुसार ती ठरत असते. म्हणूनच प्रगत राष्ट्रांतील स्मार्ट शहरांची हुबेहूब नक्कल करून आपल्याला चालणारं नाही, ते शक्यही नाही आणि संयुक्तिक देखील ठरणार नाही. याचाच दुसरा अर्थ असा कि, आपलं शहर कसं हवंय हे ठरविण्याची मुभा पूर्णपणे आपल्यालाच आहे. असं असलं तरी स्मार्ट सिटी विषयीची साधारण ठोबळ संकल्पना मांडण्यात आलेली आहे. त्यानुसार स्थानिक नागरिकांचे जीवनमान-दर्जा उंचावण्याच्या ऊद्देशाने आधुनिक माहिती तंत्रज्ञान आणि इंटरनेट आधारित (इंटरनेट ऑफ थिंग्ज) सोयीसुविधांचा योग्य अंतर्भाव असलेले शहर म्हणजे 'स्मार्ट सिटी' होय. भारत सरकारच्या 'स्मार्ट-सिटी-अभियान' अंतर्गत स्मार्ट शहरं करण्याच्या दृष्टीने

व्यापक-विकास, भौतिक, सामाजिक आणि आर्थिक आधारभूत सरंचना अशी मार्गदर्शक चतुसुत्री मांडण्यात आलेली आहे, ज्याच्या आधारे असलेली शहरं अंतर्गत स्मार्ट केली जाऊ शकतात तसेच शहरालगत पूर्णतः नवीन नियोजनबद्ध स्मार्ट परिसर देखील वसवला जाऊ शकतो कि ज्यामध्ये सर्वकाळ मुबलक पाणीपुरवठा, वीजपुरवठा, आरोग्यविषयक व्यवस्था, घनकचरा व्यवस्थापन, कार्यक्षम दळणवळण व सार्वजनिक वाहतूक व्यवस्था, सामान्य व्यक्तींना आर्थिकदृष्ट्या परवडतील अशी घरे, इंटरनेट कनेक्टिव्हीटी (संधानता) व संगणकीकरण, लोकाभिमुख ई-प्रशासन, सर्वकष शिक्षण, स्वच्छता व सुरक्षा आदी स्थानीय नागरी सोयीसुविधांचा समावेश अपेक्षित आहे. भारत सरकारकडे वर्ष २०१६ मध्ये आलेल्या एकूण ९७ शहरांच्या प्रस्ताव यादीत नाशिकसह ६० शहरांची स्मार्ट सिटी योजनेत निवड करण्यात आली आहे.

हे झाले स्मार्ट शहरांविषयी. परंतु शहरं खऱ्या अर्थाने स्मार्ट बनतील ती स्मार्ट तंत्रज्ञानामुळे. मागील सदरात आपण बघितले ते जनहितार्थ सार्वजनिक प्रकाशित माहितीवर आधारित 'ओपन-डेटा' व्यासपीठ (प्लॅटफॉर्म) विषयी कि ज्याचा वापर करून स्थानिक तंत्रज्ञ नवनवीन लोकोपयोगी तंत्रज्ञान निर्मिती करू शकतात. या आणि पुढील काही लेखात बघुयात अशीच काही 'ओपन-डेटा' मुळे तयार झालेली स्मार्ट तंत्रज्ञानाची उदाहरणं जी प्रत्येक स्मार्ट सिटीमध्ये हमखास असलीच पाहिजे.

१. स्मार्ट पार्किंग अर्थात अद्ययावत वाहनतळ व्यवस्था : एका अमेरिकन मित्राला भारतीय पदार्थांची चव द्यावी म्हणून मी माझ्या मोबाईलवर 'इंडियन रेस्टॉरंट्स अराउंड बोस्टन कॉमन' असा गुगल सर्च केला आणि दोन तीन पर्याय सुचवले. लागलीच त्याने स्वतःच्या फोनवर स्मार्ट पार्किंग ॲप उघडले व नेमका कुठे पार्किंग स्पॉट उपलब्ध आहे याची खात्री करून मगच कार सुरु केली. पुढच्या एक तासासाठी पार्किंगच उपलब्ध नसल्याने नजीकचे दोन पर्याय सोडून थोडे लांबवर जाणे आम्हाला अधिक सोयीचे ठरले. परदेशांत खोलवर तळघरांत तसेच उंच बहुमजली इमारतींमध्ये कार्यक्षम व अतिशय कमी जागेत खुबीने तयार केलेल्या वाहनतळ व्यवस्था बघताना कमालीचे कौतुक वाटते. तंत्रज्ञानाच्या मदतीने लोकसहभागातून (क्राउड-सोर्स) अशा स्मार्ट पार्किंग व्यवस्था व ॲप तयार करणे स्मार्ट शहरांसाठी क्रमप्राप्त आहे. त्यामुळे वेळेची बचत, कमी प्रदूषण व सोबतच वाहतुकीदरम्यान होणारा मानसिक त्रास कमी होईल. तज्ञांच्या अभ्यासानुसार स्मार्ट पार्किंग पद्धत जगभर योग्य पद्धतीने लागू केल्यास २०३० पर्यंत २,२०,००० गॅलन इंधनाची बचत केली जाऊ शकते. पार्किंग व्यवस्थेतून उपलब्ध डेटाचा अभ्यास करून वाहतूक यंत्रणेवरील तणाव कमी करता येतील जसे शाळा, कार्यालये सुटण्याच्या वेळा निश्चित करणे. रहदारीचा कल लक्षात घेऊन उत्पन्नाच्या नवीन संधी निर्माण केल्या जाऊ शकतात, स्थानिक व्यावसायिकांना वेळेचे नियोजन करून आर्थिक उत्पन्न वाढवता येणे शक्य आहे.

२. सार्वजनिक टचस्क्रीन्स (स्पर्शपट) : अमेरिकेतील शिकागो येथे फिरत असताना शहरभर सार्वजनिक ठिकाणी व रस्त्याच्या अनेक वळणांवर टचस्क्रीन लावलेले मला दिसले. चौकशीअंती लक्षात आले कि तो शिकागो प्रशासन आणि 'इलेव्हेट डिजिटल' नावाच्या कंपनीचा संयुक्त उपक्रम आहे. लांबूनच दृष्टीक्षेपात पडणारे ते टचस्क्रीन किऑस्क येणाऱ्या जाणाऱ्या वाटसरूंना आकर्षित करतात. त्यावर उपलब्ध १२० परस्परक्रिया (इंटरॅक्टिव्ह) ऍप्लिकेशन्स च्या माध्यमातून नागरिक माहिती देवाणघेवाण करण्यासोबतच जाहिराती वाचून सवलतीच्या दरात वस्तूंची खरेदी देखील करतात. टचस्क्रीन सुविधेमुळे नागरिकांचा रस्त्यावरील संवाद कमालीचा बदलल्याचे निदर्शनास आले आहे. त्या त्या ठिकाणी लावलेल्या टच स्क्रीन वर आपत्कालीन व्यवस्था, इच्छित ठिकाणी पोहचण्याचे नकाशे-मार्ग व वाहतूक-सुविधा, परिसरातील भौगोलिक व चालू घडामोडींची माहिती दिलेली असते. याचा फायदा नागरिकांसोबतच तेथील सरकारला देखील होतो. नागरिक कुठे-किती-वेळा-काय करतात याच्या देवाणघेवाणीचा डेटा प्रशासन जमा करते कि ज्यामुळे त्यांना प्रेडिक्टिव्ह (पूर्वानुमाणी) छाननी करून उत्पन्नाच्या नवनवीन साधनांच्या योजना आखता येतात. पुढे जाऊन टचस्क्रीन सोबतच त्यांचा फेसिअल रिकग्निशन (मुद्रा अभिज्ञान) आणि जेश्चर इंटरफेस (अंगविक्षेप आंतरपृष्ठ) तंत्रज्ञान अंतर्भूत करण्याचा प्रयत्न आहे.

वायफाय सिटी

अर्थात 'म्युनिसिपल वायरलेस नेटवर्क'

मागील पाठात आपण स्मार्ट सिटी संकल्पना समजून घेतली तसेच सिटी स्मार्ट करण्याच्या प्रक्रियेत स्थानिक प्रशासन व लोकसहभागातून 'ओपन-डेटा' आधारित जगभर होणारे अनेक उपक्रम पाहतानाच विशेषत: स्मार्ट पार्किंग आणि सार्वजनिक टचस्क्रीन याविषयी जाणून घेतले. सदर पाठात आपण 'वायफाय सिटी' अर्थात 'म्युनिसिपल वायरलेस नेटवर्क' विषयी माहिती घेऊयात.

महानगरपालिका क्षेत्रात सार्वजनिक ठिकाणी बिनतारी इंटरनेट जाळे निर्माण करून नागरिकांना मोफत इंटरनेट सुविधा उपलब्ध करून देणे यालाच 'म्युनिसिपल वायरलेस नेटवर्क' असे म्हणतात.

अमेरिकेत असताना आणि इतर काही देशांत प्रवास करताना मला यत्किंचितही वाटलं नाही कि मी जगापासून क्षणभरदेखील तुटलो आहे म्हणून. त्याचे मुख्य कारण म्हणजे तिकडे सर्वत्रच खुले वायफाय इंटरनेट उपलब्ध असते. सब-वे, रेल्वे स्टेशन, बस स्थानक, चालत्या वाहनांमध्ये, वाचनालये, दवाखाने, विद्यापीठं, प्रत्येक चौकात अगदी सगळीकडं. जणू संपूर्ण शहरच वायफाय असावं. हल्ली अधिकतम नागरिक मोफत इंटरनेट असलेल्या रेस्टोरंट मध्ये जेवण घेणे पसंत

करतात. व्हर्चुअल जगात वावरणारा तरुण वर्ग कॉफी पिण्यासाठी स्टारबक्स आणि पिझ्झा-बर्गर खाण्यासाठी मॅक्डोनाल्डमध्ये गर्दी करताना दिसतो. याचे एक कारण म्हणजे तिथे मिळणारी मोफत वायफाय इंटरनेट. मोफत वायफाय इंटरनेट हि स्टारबक्स, मॅक्डोनाल्ड सारख्या खाजगी ब्रॅण्डची एक यशस्वी व्यवसायनीती (बिजनेस स्ट्रॅटेजी) ठरली आहे. मोफत इंटरनेट सुविधा पुरविल्याने अनेक व्यावसायिकांच्या उत्पन्नात कमालीची वाढ झाल्याचे निदर्शनात आले आहे. नुकत्याच केल्या गेलेल्या एका सर्वेक्षणात ६२ टक्के व्यावसायिकांनी सांगितले कि वायफाय क्षेत्र (झोन) असलेल्या ठिकाणी त्यांचे ग्राहक अधिक वेळ घालवतात व ५० टक्के व्यावसायिकांनी सांगितले कि त्यांचे ग्राहक मोफत इंटरनेट सुविधा सुरु केल्यापासून अधिक खर्च करू लागले आहेत. अधिकाधिक ग्राहकांना आकर्षित करणे, अधिभार मूल्य आकारणे व संलग्न उत्पादने-सुविधा विक्री यातून अनेक हुशार व्यावसायिक नफा मिळवत आहेत. नागरिकांची मागणी व खाजगी सेवा पुरवठादारांचे हे कौशल्य लक्षात घेता अनेक देशांच्या सरकारी यंत्रणा देखील 'म्युनिसिपल वायरलेस नेटवर्क' चा गांभीर्याने विचार करू लागले आहेत. शहरभर वायफाय जाळे पसरविल्यामुळे, सरकारी सेवांचा नागरिक जास्तीत जास्त वापर करतील, सार्वजनिक वाहतूक व्यवस्था वापरतील, रोजगाराच्या नवीन संधी निर्माण होतील, नवसंशोधन वाढीस लागेल, पर्यटन व्यवसायास चालना मिळेल, प्रशासनाचा जनसंवाद वाढेल व शिवाय जाहिरात व डेटा च्या माध्यमातून महापालिकेला उत्पन्नाचे नवीन साधन निर्माण होईल. माहितीच्या मुक्त देवाणघेवाणीतुन

लोकशिक्षणाचा प्रभावी पर्याय मिळाल्याने डिजिटल दरी कमी होण्यास मदत होते.

एकदा अमेरिकेतील वोरमॉण्ट राज्यात इरीन वादळाच्या तडाख्यामुळे रॉयलटन शहरातील संपूर्ण दळणवळण व्यवस्था मोडकळीस पडली होती. अशा आपत्तीच्या काळात नागरिकांनी त्वरित संपर्कासाठी प्रशासनाने तयार केलेल्या वायफाय इंटरनेट क्षेत्राचा आसरा घेतला. छोट्या छोट्या विभागांत स्थापित केलेले इंटरनेट संच मर्यादित वीजेवर चोवीस तास सुरु ठेवणे त्यांना शक्य झाले व स्थानिक पातळीवरील आपत्कालीन माहिती त्या त्या नेटवर्क मार्फत नागरिकांना तात्काळ पुरवली गेल्याने परिस्थिती नियंत्रणात येण्यास मदत झाली. स्थानिक वायफाय क्षेत्र नियंत्रित करणाऱ्या प्रमुखास संकेतस्थळाचे मुखपृष्ठ (लँडिंग पेज) ठरविण्याचा पर्याय असल्याने त्याद्वारे आपत्कालीन माहिती, शहरातील महत्वाची स्थळं, वास्तु, संग्रहालयं, सार्वजनिक प्रेक्षणीय ठिकाणं, शहरात कधी-कोठे-काय घडामोडी, वाहतूक दर व वेळापत्रक, बँक-एटीम तसेच दवाखाने, शाळा-महाविद्यालयं, बाजारपेठा, जवळचे मॉल्स, नाट्यगृह व इतर महत्वाच्या माहितीपर अथवा मनोरंजनात्मक घटना यांची माहिती देता येते. स्थानिक नागरिक व पर्यटकांसाठी प्रत्यक्षदर्शी माहिती मिळविण्याचा तो एक सुखद अनुभव तर ठरतोच शिवाय शहरी सामाजिक बौद्धिक व आर्थिक विकास वाढीस लागतो. शहराचा सर्वांगीण विकास आराखडा बनविताना अधिकतम माहिती महत्वाची असते. अशा वेळी म्युनिसिपल वायरलेस इंटरनेट च्या माध्यमातून उपलब्ध डेटाचे विश्लेषण करून नागरिकांच्या हिताच्या योजना

बनविण्यास मदत होईल. अनेक शहरं वायफाय-सिटी असे स्वतःचे वैशिष्ट्य (ब्रॅडिंग) दाखवून देश-विदेशातून गुंतवणूक आकर्षित करत आहेत.

"रोटी, कपडा और मकान" सोबत आता मोबाईल व इंटरनेट ह्या देखील मानव जातीच्या मूलभूत गरजा बनल्या आहेत. लास एंजलिस, कॅनडा, तैवान, पॅरिस व जगभर अनेक शहरांत प्रत्येक सरकारी इमारत, सार्वजनिक वाहतूक व पर्यटन स्थळांच्या ठिकाणी मोफत इंटरनेटचे यशस्वी प्रयोग सुरु आहेत. प्रगत राष्ट्रातील स्मार्ट शहरांपासून प्रभावित होत भारतात देखील बंगळुरु, दिल्ली, कलकत्ता, अहमदाबाद या शहरांमध्ये म्युनिसिपल वायरलेस नेटवर्क निर्मितीचे मर्यादित प्रयत्न होताना दिसत आहेत. माहिती तंत्रज्ञानाच्या युगात हायवे कनेक्टिव्हिटीसोबतच किंबहुना त्याहीपेक्षा अधिक इंटरनेट कनेक्टीव्हीटी महत्त्वाची झाली आहे. अमेरिकेत जवळजवळ ८५ टक्के जनता इंटरनेट वापरते व ७० टक्के लोकांना उच्च दर्जाचे इंटरनेट सर्वकाळ उपलब्ध आहे. भारत इंटरनेट वापरकर्त्यांच्या क्रमवारीत १२७ व्या स्थानावर असून जेमतेम २६ टक्के भारतीय इंटरनेट वापरतात. मर्यादित इंटरनेट त्यातच थ्रीजी, फोरजी इंटरनेट खर्च सर्वांनाच परवडेल असे नाही. मात्र एक कोटीहून अधिक स्मार्टफोन संख्या आहे हि देशासाठी एक जमेची बाजू आहे. मोफत व सुरक्षित इंटरनेट उपलब्ध असल्यास सामान्यांसाठी जशी पैशाची बचत होईल त्याचप्रमाणे रोजगार निर्मितीचे देखील अनेक पर्याय उपलब्ध होतील. विद्यार्थी आणि नवउद्योजक यांना अधिक फायदा होऊ शकेल. अंतर शिक्षण (डिस्टन्स लर्निंग) प्रक्रियेत अखंडित (अनइंटरपटेड) इंटरनेट व

त्याचा वेग (स्पीड) यांची मुख्य भूमिका आहे. डिजिटल इंडिया प्रक्रियेत नवनवीन शक्यतांचा विचार केला जात आहे, कल्पक सूचना मागवल्या जात आहेत. कल्पना करा कि जनकल्याणकारी योजना म्हणून संपूर्ण देशभर सुरक्षित व मोफत इंटरनेट उपलब्ध करून देण्यात आले तर?

शेअरिंग इकॉनॉमी

अर्थात 'सहभागी अर्थव्यवस्था'

स्मार्ट शहरांकडे वाटचाल करताना 'म्युनिसिपल वायरलेस नेटवर्क' म्हणजेच वायफाय सिटी याविषयी उदाहरणांसह आपण मागील पाठांत जाणून घेतले. सदर पाठात मंथन करूयात शहरांना स्वयंपूर्णतेतेकडे नेणाऱ्या 'शेअरिंग इकॉनॉमी' अर्थात 'सहभागी अर्थव्यवस्था' व त्या प्रक्रियेत तंत्रज्ञान कसे उत्प्रेरक ठरत आहे या विषयी.

शिकागोला एका मित्राकडे गेलो होतो. एका सामाजिक संस्थेची गाडी त्याच्याकडे आली. घरातील सुस्थितीतील फर्निचर टीव्हीसह बाजूला काढून ठेवलेल्या इतर काही वस्तू घेऊन गेली. हा काय प्रकार म्हणून मी त्याला विचारले. तेंव्हा शिकागो स्थित झिलस गुड नावाच्या तंत्रज्ञान कंपनीविषयी समजले. सामाजिक कार्यासाठी तुमच्या वस्तू दान करा असे आवाहन करणारी ही संस्था दानशूर आणि गरजू यांची परस्पर-भेट घडवून देणारे एक उत्तम व्यासपीठ आहे. लवकरच तो नवीन घरात राहायला जाणार होता. त्यामुळे नको असलेल्या वस्तू त्याने ह्या संस्थेमार्फत दान केल्या होत्या. संस्थेच्या संकेतसस्थळावर घरातील उपकरणं, मुलांचे कपडे-खेळण्या, पुस्तके-मासिके, कॅमेरा-रेडिओ, फोन-संगणक, प्रिंटर, फुलं-रोपं-झाडं, अन्न-कपडे, शालेय अशा अनेक नव्या-जुन्या वस्तूंचे सहज आदानप्रदान करता येते. तुम्हाला काय दान करायचे आहे आणि ते तुम्ही संस्थेत पोहचवू

शकता किंवा तुमच्या घरी येऊन घेऊन जावे याविषयी दानशूर व्यक्ती नोंद करतात. गरजू व्यक्ती, संस्था आणि त्यांच्या गरजा यांची यादी संकेतस्थळावर प्रकाशित केलेली असते तसेच उपल्बध वस्तूंसाठी गरजू शोधले जातात. आपल्या वस्तू कोणत्या गरजूस देण्यात याव्यात हे ठरविण्याचे संपूर्ण स्वतंत्र्य दानशूर व्यक्तीस असते. संस्था दोघांचा संवाद घडवून आणते आणि परस्परसंमती मिळाळ्यावरच देवघेव पूर्ण होते. वरवर खूप साधारण वाटणाऱ्या ह्या प्रक्रियेचा खोलवर विचार केल्यानंतर त्यामागील तंत्रज्ञानाचे महत्वपूर्ण योगदान लक्षात येते.

अनेकदा आपल्याला नको असलेल्या वस्तूंचे काय करायचे असा प्रश्न पडतो. नंतर कधीतरी कामात येतील म्हणून वर्षानुवर्षे जपून ठेवतो. घरातही अडगळ व्हायला लागते. बरं देणार तरी कुणाला? घेउपाशारे सुद्धा समाजात काही कमी नाहीत. नेमका गरजू शोधायचा कुठे? इतका वेळ आहे कुणाकडे? मग अगदी वीट यायला लागतो. शेवटी इच्छा नसतानाही चांगल्या सुस्थितीतील वस्तू कवडीमोल भावात भंगारात काढाव्या लागतात. त्यापेक्षा एखाद्या गरजवंताला तरी दिल्या असत्या, निदान थोडं पुण्य लाभलं असतं असं अनेकांना वाटणाऱ्यांत मी देखील आहे. कधीतरी पै पै जोडत घेतलेल्या वस्तूंमध्ये आपल्या भावना गुंतलेल्या असतात. कुणाच्या उपयोगात ती वस्तू आली तर किमान समाधान तरी मिळतं. गाडीचा वापर झाला नाही म्हणून बॅटरी कामातून गेली, चाकं खराब झाली, सुटीत गावाला गेलो तर घरात कोळ्याचे जाळे साचले, चोरीच काय झाली, कार्यालयांत असल्याने घरच्या इंटरनेटचा वापर होत नाही तर तर रात्री

कार्यालयातील इंटरनेट व्यर्थ, लग्नकार्यांत खंडीभर अन्न वाया जातं, मुलं मोठी झालीत पण खेळण्यांचा घरात पसारा, नवीन फोन घेतला तर जुन्याच काय? वाचून झालेली पुस्तकं, जुनी सायकल, कपडे, चपला-बूट असं एका बाजूला चित्र तर दुसरीकडे गरजवंत अनेक. अगदी कधीतरीच वापरात येणाऱ्या अशा किती तरी वस्तू (आयडियल ॲसेट्स) आपण प्रत्येकजण बाळगून आहोत. जरा कल्पना करा की सर्वांनी दर वेळी प्रत्येक वस्तू नवीन खरेदी करण्यापेक्षा (बाईंग इकॉनॉमी) शक्य तेंव्हा आपापसात शेअर केली (शेअरिंग इकॉनॉमी) तर? 'शेअरिंग इकॉनॉमी' अर्थात 'सहभागी अर्थव्यवस्था' म्हणजे अशी अर्थव्यवस्था की जिथे नागरिक त्यांच्या वैयक्तिक तसेच सार्वजनिक मालमत्ता आणि सेवा एकमेकांना परस्परसामंजस्यातुन मोफत किंवा अल्प दरात देऊ-घेऊ शकतात.

मध्यंतरी सिलिकॉन व्हॅलीतील एक अमेरिकन मित्र दोन आठवड्यासाठी भारतात आले होते. त्यांनी स्वतःचे घर एअरबीअँडबी द्वारे भाड्याने दिले होते. विमानतळावर पार्किंगचे पैसे भरत राहण्यापेक्षा त्यांनी त्यांची कार झिपकार या टॅक्सी कंपनीला वापरायला दिली होती. प्रगत राष्ट्रांत अनेक नागरिक आपल्या वस्तू स्वतःला गरज नसताना दुसऱ्याला वापरायला देतात परंतु उगाच बिनकामी पडून राहू देत नाहीत. त्यातून त्यांना अतिरिक्त उत्पन्नही मिळते आणि वस्तू सुस्थितीत देखील राहतात. याचे प्रमुख कारण म्हणजे तिकडे परस्पर देवाणघेवाण प्रक्रिया अतिशय सुलभ आहे. त्याचे श्रेय जाते तंत्रज्ञानाला. एअरबीअँडबीमार्फत आपण संपूर्ण स्थावर मालमत्ता अथवा घराचा काही भाग भाड्याने देऊन उत्पन्न

मिळवू शकतो, डॉगव्हॅकि कंपनी परिसरातील लोकांना मालकांच्या अनुपस्थितीत त्यांच्या पाळीव प्राण्यांची सेवा-सुश्रुषा करण्याचे रोजगार उपलब्ध करून देते, गुगलप्रणीत रिलेराइड्स कंपनी ॲप द्वारे शेजाऱ्यांची गाडी तासावर किंवा दिवसभरासाठी आपण भाड्याने घेऊ शकतो. झारली व टास्करॅबिट सारख्या कंपन्या संकेतस्थळांमार्फत घरकामाच्या सेवा-सुविधा पुरविणाऱ्यांना रोज हजारो रोजगार उपलब्ध करून देतात. लिफ्ट, उबर, ब्लाब्लाकार व गेटअराउंड सारख्या कंपन्या कार शेअरिंगचे अनेक पर्याय देतात. लिक्विड नावाची स्टार्टअप सायकल उपलब्ध करून देते. 'फोन' हे एक जागतिक वायफाय शेअर नेटवर्क आहे ज्यात इंटरनेट शेअर केल्याच्या बदल्यात आपल्याला जगात कुठेही इंटरनेट मोफत मिळते. सॅन फ्रान्सिस्को व सिएटल भागात सुरु झालेली साईड-कार ही एक नवीन कार शेअरिंग स्टार्टअप विनाशुल्क प्रवास सुविधा देते व फक्त स्वेच्छेने दिलेली देणगी स्वीकारते. स्नॅपगुड, नेबरगुडस व पॉशमार्क मार्फत वापरलेले कपडे अल्प दरात मोबाईलॲप वर विकता येतात, ओएलएक्स, झूमकार, काऊचसर्फिंग, फेअरसेंट, लेन्डिंग क्लब सारख्या अनेक प्रगत कंपन्या शेअरिंग इकॉनॉमी बाजारपेठेत आपले पाय घट्ट रोवत आहेत तसेच अनेक स्टार्टअप्स नवनवीन तंत्रज्ञान घेऊन शेअरिंग इकॉनॉमी बळकट करण्यासोबतच उत्तम व्यवसाय देखील करत आहेत. प्रगत राष्ट्रांतील सरकार देखील अशा सहभागी अर्थव्यवस्थेस प्रोत्साहन देत आहेत. त्यामुळे उपलब्ध संसाधनांचा अधिकतम विनियोग तर होतोच शिवाय मागणी (डिमांड) आणि पुरवठा (सप्लाय) याचे समीकरण समतोल राहते.

महात्मा गांधीजींनी अतिशय मार्मिक शब्दांत म्हटले आहे की , "पृथ्वी प्रत्येकाच्या गरजा भागविण्याइतकी समर्थ आहे, पण ती प्रत्येकाची हाव भागवू शकत नाही." प्रचंड लोकसंख्या व त्यांच्या वाढत्या गरजा आणि झपाट्याने होणारे शहरीकरण यामुळे नैसर्गिक संसाधनांची कमतरता भासू लागली आहे. समाजातील गरीब-श्रीमंती मधील दरी दिवसेंदिवस वाढत आहे. एका बाजूला मुबलक सोयी-सुविधा असलेला वर्ग तर दुसरीकडे मोठा तुटवडा अशा दोन भागात समाज विभागला आहे. परंतु असे असताना देखील जागतिक दातृत्व दर दिवसागणिक वाढतो आहे ही संवेदनशीलता कायम असल्याची निशाणी आहे. अनेकांमध्ये देण्याची, शेअर करण्याची इच्छा असते. देणारे व घेणारे दोघेही मुबलक आहेत. गरज आहे ती या दोघांमध्ये भेट घालून देणाऱ्या तंत्रज्ञानाची, पारदर्शक प्रक्रियेची व संधीचे सोने करण्याऱ्या कल्पक उद्योजकांची. आपल्याकडे स्वयंपूर्णतेचे धडे गिरिवितांना ग्रामीण भागांत बाराबलुतेदार वस्तुविनिमय पद्धत (बार्टर एक्स्चेंज) होतीच किंबहुना अनेक खेड्यांत आजही आहे. तंत्रज्ञान निश्चित त्या थोर परंपरेला गती देऊ शकतं. 'आहेरे' आणि 'नाहीरे' मधील पोकळीकडे देशातील नवतरुणांनी एक व्यावसायिक संधी म्हणून बघावं. तंत्रज्ञानाची मदत घेऊन देवाणघेवाण प्रक्रिया सोपी आणि पारदर्शक केल्यास नागरिकांचा सहभाग वाढेल. यामुळे पैशांची बचत होईल, वेळप्रसंगी होणारी गैरसोय टळेल, प्रत्यक्ष खरेदीपूर्वीचा अनुभव घेता येईल, सामाजिक बांधिलकी व एकत्रित मालकी जोपासली जाईल, पर्यावरण पूरक सवयींना प्रोत्साहन मिळेल. स्मार्ट शहरं वसविताना प्रशासनाने शेअरिंग इकॉनॉमी धोरणांचा अवलंब केल्यास गटपातळीवर होणारे छोटे छोटे उपक्रम सामाजिक

चळवळीत रुपांतरित होतील. स्थानिक अर्थव्यवस्था कायम सुस्थितीत राहिल्याने जागतिक मंदीसारख्या संकटांचा प्रभाव कमी होईल. मागणी व पुरवठा यात समतोल राहिल्याने यंत्रणेवरील ताण कमी होण्यास मदत होईल व परस्पर सहयोगातून नागरिकांचे जीवनमान दर्जा उंचावेल.

बाईक शेअरिंग नेटवर्क

अर्थात 'सहभागी सायकल व्यवस्था'

४ मे २०१४ ला रात्री उशिरा वाशिंग्टनला पोहोचलो. दिव्यांच्या रोषणाईत अमेरिकेची राजधानी लोभस दिसत होती. अभ्यासातून शहराविषयी थोडंफार जाणून होतो. मात्र प्रत्यक्ष भेट देण्याचा तो पहिलाच प्रसंग. दुसरा दिवस माझ्यासाठी तसा निवांत होता. जवळपास काय-कुठं बघणे शक्य आहे त्याचे नियोजन करून झोपी गेलो. सकाळच्या फेरफटक्याने सुरुवात केली. विस्कॉन्सिनन अव्हेन्यू नॉर्थ-वेस्ट वर फर्लांगभर चालत गेलो तोच वीस-पंचवीस सायकल रस्त्याच्या कडेला लावलेल्या दिसल्या. कुतूहल वाटलं म्हणून चौकशी केली. ते 'कॅपिटल बाईक' नावाच्या सायकल शेअरिंग उपक्रमाचे एक केंद्र (स्टेशन) होते. शहरभर त्यांची अशी चारशे चाळीस केंद्र व चार हजार सायकल कार्यरत असून तीस मिनिटांसाठी दोन डॉलर आणि दिवसभरासाठी आठ डॉलर देऊन सायकल घेता येते असे समजले. मी आठ डॉलर देऊन सायकल ताब्यात घेतली. मोबाईलवर कॅपिटल बाईक ऍप डाउनलोड केले व नॅशनल मॉलच्या दिशेने जायला लागलो. रस्त्याने जाताना प्रत्येक अर्धा-एक किलोमीटर वर कॅपिटल बाईक केंद्र नजरेस पडते. त्या-त्या ठिकाणी मी सायकल जमा करत गेलो. आसपासच्या वास्तु-परिसर बघायचा. दिशाभूल झाल्यास मोबाईलवर स्टेशन नकाशा उघडून

जवळपासचे केंद्र शोधायचे. कोणतीही सायकल घेऊन पुढचा प्रवास. असं करत-करत दिवसभर तब्बल पंधरा ते वीस वेळा मी सायकल ठेवली, घेतली, तितकीच ठिकाणं पहिली आणि किमान वीस किलोमीटर शहर पायाखाली नव्हे तर सायकलच्या चाकाखाली घातलं. पाहण्यापलीकडे शहर प्रत्यक्ष अनुभवण्याचा तो एक अनोखा आनंद होता. एरव्ही दिड-दोनशे डॉलर खर्चूनही जे जमलं नसतं ते सायकल शेअरिंग उपक्रमामुळे फक्त आठ डॉलर मध्ये शक्य झालं. तेंव्हापासून मी सायकल शेअरिंगच्या प्रेमातच पडलो. न्यू-यॉर्क, बे-एरिया, पोर्टलँड, शिकागो इथे देखील सायकल शेअरिंगचा अनुभव घेतला. पुढे २०१५ मध्ये वर्षभरासाठी एमआयटी विद्यापीठात जावे लागणार होते. बोस्टनला पोहोचल्याबरोबर मी पहिले काम काय केले तर 'हबवे सायकल' शेअरिंग उपक्रमाचा सभासद झालो. तब्बल एक वर्ष दरदोज सायकल वापरली. तीही फक्त वार्षिक २५ डॉलर या विद्यार्थी विशेष सवलतीत. घर-ते-विद्यापीठ-ते-घर असा दरदोज सात किलोमीटर प्रवास मी वर्षभर सायकलऐवजी बस अथवा रेल्वे ने केला असता तर मला प्रतिदिन पाच डॉलरप्रमाणे तीनशे दिवसांचे किमान पंधराशे डॉलर मोजावे लागले असते. पैशांच्या याच बचतीतून मी अमेरिका-भारत-अमेरिका असा दोनदा विमान-प्रवास करु शकलो. आर्थिक गणितांव्यतिरिक्त नियमित सायकल प्रवासामुळे आरोग्य चांगले राहिले, वेळेची बचत झाली, ट्राफिकपासून मुक्तता, प्रदूषण कमी करण्यात योगदान देऊ शकलो. शिवाय सायकल वापरामुळे बोस्टन, केम्ब्रिज शहरं जवळून अनुभवता आली.

सायकल शेअरिंग म्हणजे अल्प काळासाठी व्यक्तिगत वापराकरिता सायकल उपलब्ध करून देणारी सेवा. यामध्ये शहरभर सायकल तळांचे (स्टॅन्ड) जाळे पसरविले जाते. मासिक अथवा वार्षिक स्वरूपांत नागरिकांना नेटवर्कचे सभासदत्व घेता येते. पर्यटक तात्पुरते सभासद होऊन सेवेचा वापर करु शकतात. वैशिष्ट्यपूर्ण निर्मिती केलेल्या सायकल्स चोरीपासून सुरक्षित तसेच कमी देखभाल खर्चिक असतात. मिळालेल्या गुरुकिल्ली (मास्टर-की) अथवा सांकेतिक शब्दांचा (पासवर्ड) वापर करून सभासद व्यक्ती कोणत्याही सायकलताळावरून कोणतीही सायकल कधीही वापरु शकतो. सायकल शेअरिंग पर्यायाचा नागरिकांनी अधिकाधिक वापर करावा यासाठी सभासदत्व मूल्य अतिशय वाजवी व सर्वसामान्यांना परवडेल असे ठेवण्यात येते. पार्किंगचा खर्च व वाहने सांभाळण्याची जबाबदारी टाळण्यासाठी अनेक लोकं व्ययक्तिक वाहने वापरण्यापेक्षा सायकल शेअरिंग नेटवर्कचा वापर करतात. युरोपातील ॲमस्टरडॅम येथे १९६५ साली सुरु झालेला अनोखा सायकल शेअरिंग उपक्रम आजमितीस जगभर पन्नास देशांत सातशे बारा शहरांनी अंगिकारला आहे. चाळीस हजार सायकलतळांवर असलेल्या जवळपास नऊ लाख सायकल शहरी भागांत सार्वजनिक वाहतुकीचा मुख्य पर्याय म्हणून समोर येत आहे. परदेशांत मोठ्या संख्येने नागरिक सायकलचा नित्य वापर करताना दिसतात किंबहुना वाहतुकीच्या इतर पर्यायांपेक्षा त्यांना शेअरिंग सायकल अधिक सोयीची वाटते. तेथील सरकारं नागरिकांसाठी सायकल चालविण्याचा अनुभव अधिकाधिक आनंददायी करण्यासाठी प्रयत्नशील आहेत. विशेष सायकल रस्ते निर्मितीसोबतच 'बाईक-टू-

वर्क', 'बाईक-टू-स्कुल' अशा उपक्रमानंर्गत सायकल संस्कृती रुजवात आहेत. तेथील उद्योजक व खासगी संस्था सायकल शेअरिंगकडे एक व्यावसायिक संधी म्हणून बघत आहेत. पॅरिसची वेलीब, वोशिंग्टनची कॅपिटल बाईक, बोस्टनची हबवे, लॉस एंजेलिसची मेट्रो बाईक, न्ययॉर्कची सिटी बाईक, मिन्नेऑपोलिसची नाईसराईड, मॉन्ट्रिअलची बिक्सी, बर्लिनची कॉल-अ-बाईक, जपानची इको बाईक ह्या कंपन्या उत्तम व्यवसाय करत आहेत. शहरांतील मोक्याच्या ठिकाणी सायकलतळ असल्यामुळे सभासदत्वाच्या ठराविक कमाईसोबतच जाहिरातीच्या माध्यमातून भरगोस नफा मिळतो. अनेकदा सायकल शेअरिंग नेटवर्कची सभोवतालच्या संस्था, उद्याने, संग्रहालये, खाजगी कंपन्या, बस-सेवा, रेल्वे, विमानतळ तसेच कार कंपन्यांसोबत भागीदारी असते. एक प्रकारे व्यवसाय वाढीसाठी व मुख्य वाहतूक व्यवस्थेस जोडण्यासाठी (पूल सिस्टिम) म्हणून त्या काम करतात. फ्रांसची विन्सी पार्क त्यांच्या वाहनतळावर गाडी लावल्यास आपल्या ग्राहकांना स्थानिक प्रवासाकरिता सायकल देतात. सॅन फ्रान्सिस्कोची सिटी कारशेअर कंपनीने आपल्या ग्राहकांसाठी इलेक्ट्रिक सायकल सुविधा सुरु केली आहे. त्याखेरीज सायकल शेअरिंग व्यवसायात वृद्धीचे प्रमुख कारण म्हणजे 'बिग-डेटा'. नेटवर्क मधील प्रत्येक सायकल ला आर.एफ.आय.डी. सेन्सर असते त्यामुळे त्या सायकलच्या उगम ते मुक्कामापर्यंतच्या संपूर्ण प्रवासाची माहिती संकलित होते. सायकलवरील वायरलेस सेवा प्रत्यक्षदर्शी माहिती पाठवत असते. तंत्रज्ञानाचा प्रभावी वापर केल्याने नागरिकांच्या वाहतूक वेळा, सवयी, मार्ग या संदर्भातील महत्वपूर्ण माहिती (डेटा) मिळवली जाते. याच डेटाच्या आधारे खाजगी कंपन्या भविष्यवेधी

सेवा-उत्पादने निश्चित करतात, स्थानिक प्रशासनं शहरी व्यवस्थापन व नागरिक हिताच्या योजना राबवतात.

आपल्याकडील शहरांमध्ये सार्वजनिक वाहतूक यंत्रणा आधीच तोकडी पडत आहे. शाळा-महाविद्यालयांमधील लाखो विद्यार्थी, नोकरदार-वर्ग दररोज ये-जा करतात. ग्रामीण भागातून लोकं कामानिमित्त शहरांत येत असतात, हजारो पर्यटक वर्षभर भेटी देत असतात. हवेचे प्रदूषण, इंधन तुटवडा, वाढणारी लोकसंख्या व त्यांच्या गरजा यामुळे वाहतूकव्यवस्थेवर मोठा ताण पडत आहे. मात्र प्रगतिशील राष्ट्रांमध्ये सुरुवातीपासूनच सायकल हे महत्त्वाचे वाहतूक साधन राहिले आहे. रस्ते-अपघात, गैरसोय, चोरी अशा सुरक्षिततेच्या अडचणी असताना देखील आपल्याकडे सायकल चालविणाऱ्यांचे प्रमाण समाधानकारक आहे. शासनाकडून आधारभूत संरचना पुरविल्यास व योग्य धोरणांचा अवलंब केल्यास सायकल वापरकर्त्यांचे प्रमाण निश्चित वाढेल. अलीकडे नागरिक आरोग्याच्यादृष्टीतनेही सजग होत चालले आहे. नागरिकांच्या बदलत्या सवयी, त्यांचा कल, वाहतूक पर्यायांची गरज व भविष्याचा वेध घेत स्थानिक उद्योजकांसाठी सायकल शेअरिंग ही एक व्यावसायिक संधी म्हणून खुणावत आहे. स्थानिक तरुणांसाठी या माध्यमातून मोठ्या प्रमाणात रोजगार निर्मिती शक्य आहे. खाजगी व्यावसायिक, औद्योगिक संस्था व वाहतूक व्यवस्था यांच्यासोबत भागीदारी केली जाऊ शकते. भरदाव वेगाने वाहणाऱ्या इतर पर्यायांऐवजी सायकल सारख्या संथगतीने व सोईस्कर होणाऱ्या वाहतूक सुविधेमुळे लोकांचे अवांतर खरेदी करण्याचे प्रमाण वाढते

हेही स्थानिक व्यावसायिकांनी लक्षात घेण्यासारखे आहे. तंत्रज्ञानाच्या वापरासह वेगळे, आकर्षक व सुरक्षित सायकल-वाहतूक-मार्ग निर्माण केल्यास सायकल शेअरिंगसारखे उपक्रम प्रभावी वाहतूक व्यवस्था ठरू शकतात. स्मार्ट शहरांकडे वाटचाल करताना सायकल शेअरिंग ह्या पर्यावरणपूरक आणि आरोग्यवर्धक पर्यायाचा अग्रक्रमाने विचार करणे म्हणूनच क्रमप्राप्त आहे.

कम्युनिटी सोलर सिस्टिम

अर्थात, 'सामूहिक सौर-ऊर्जा प्रणाली'

स्मार्ट शहरांकडे वाटचाल करताना मागील काही पाठांत आपण शासन, वाहतूक, दळणवळण, अर्थ, पर्यावरण व माहिती आणि तंत्रज्ञान अशा महत्त्वाच्या प्रेरक घटकांविषयी माहिती घेतली. सदर पाठात ऊर्जा ह्या महत्त्वपूर्ण विषयावर जाणून घेताना 'कम्युनिटी सोलर सिस्टिम' चा विचार करूयात.

कल्पना करा की शहरातील उद्याने, खेळांची मैदाने, मोकळ्या जागा, रस्ते, पाण्याचे तलाव, कालवे-पाट (कॅनॉल), नदी, धरणे अशा सार्वजनिक जागांवर सौर फलक (सोलर पॅनल) चे उंच छत लावले गेले तर? त्यामुळे उद्यान-मैदानांवर थंड सावली तर मिळेलच, रस्त्यांवरून जाताना गार हवा तर मिळेलच, सूर्याच्या प्रकाशापासून पाण्याच्या स्रोतांचे संरक्षण तर होईलच पण घर-वापरासाठी वीज देखील मिळाली तर? ऊर्जा अक्षय्यतेच्या नियमानुसार विश्वातील एकूण उर्जा कायम स्थिर आहे. ती केव्हाही नष्ट होणार नाही. मात्र ती एका प्रकारातून दुसऱ्या प्रकारात रुपांतरित होऊ शकते. म्हणूनच, वाढती लोकसंख्या व शहरीकरणाबरोबरच आपल्याला दरडोई ऊर्जा वापर कमी करण्याचे नवनवीन मार्ग शोधायला हवेत.

सूर्य हा अनादी काळापासून ऊर्जेचा मुख्य स्रोत राहिला आहे. ऊर्जेचे इतर स्रोत तोकडे पडत असताना, सोलर तंत्रज्ञानाचा प्रभावी वापर करून सूर्यकिरणांच्या आधारे सौर-ऊर्जा निर्मिती यशस्वी ठरत आहे. परंतु सौरऊर्जा अजूनही प्रचंड महाग असल्याने सर्वसामान्यांच्या आवाक्याबाहेर आहे. तसेच शहरी भागात जागेची कमतरता असते व अनेकदा खाजगी जागेवर यंत्रणा उभी करण्यास अडचणी येतात. यावर नामी उपाय म्हणजे 'कम्युनिटी सोलर सिस्टम' अर्थात समुदाय सौर ऊर्जा व्यवस्था. यालाच अनेकदा सौर-उद्यान (सोलर-गार्डन) किंवा सौर-शेत (सोलर-फार्म) असेही म्हणतात ज्यामध्ये सरकारी अथवा खाजगी मिळकतीवर निर्माण केलेल्या सौरऊर्जेचा एकापेक्षा अधिक घरे सहकारी पद्धतीने वापर करतात. उपक्रमासाठी लागणारी जागा ही समुदायातील लोकांच्या मालकीची असणे बिलकुल गरजेचे नाही हा महत्वाचा मुद्दा. एखाद्या छोट्या आकाराच्या जागेत उभा केलेला सौरऊर्जा उपक्रम हा त्या त्या समुदायाच्या मालकीचा असू शकतो किंवा पूर्णपणे खाजगी देखील असू शकतो. व्हर्चुअल नेट मीटरिंगच्या वापरामुळे, उपक्रमातून निर्माण झालेल्या एकूण ऊर्जेच्या समप्रमाणात समुदायातील प्रत्येक सभासदास वीजबिलात पैशांची बचत होते. कम्युनिटी सोलर ही नवीन संकल्पना असल्याने त्याकडे जगभर एक नवीन व्यावसायिक संधी म्हणून बघितले जात आहे. यामध्ये स्वतःच्या घरावर एकसुद्धा सौरपॅनल न लावता जगातील कोणत्याही उपक्रमात ऑनलाईन गुंतवणूक शक्य आहे. त्यामुळे आभासी जगात (व्हर्चुअल वर्ल्ड) कम्युनिटी सोलर गुंतवणुकीसाठी अधिक लोकप्रिय होत आहे. माहिती व तंत्रज्ञान क्रांतीमुळे येत्या

काळात मानव वैयक्तिक तसेच सामूहिक वापरासाठी ऊर्जा निर्मितीसह सानुकूल व नियंत्रित ऊर्जा वापर (कस्टमाईझ्ड अँड कंट्रोल्ड एनर्जी कन्झमशन) साठी प्रयत्नशील आहे.

अमेरिकास्थित मोझाईक नावाची कंपनी अशा प्रकारच्या कम्युनिटी सोलर उपक्रमांत गुंतवणूक करण्याची सुविधा पुरवते. अधिकाधिक लोकवस्तींनी कम्युनिटी सौर ऊर्जेचा वापर करावा यासाठी सौर प्रकल्पांतील गुंतवणूकांवर करसवलतीसंह नागरिकांसाठी एकूण प्रक्रिया सोपी करत जगभरातील सरकारं प्रोत्साहन देत आहेत. फ्लोरिडा राज्यातील डेन्व्हर येथे किटसन आणि पार्टनर कंपनीने वर्ष २००६ मध्ये अमेरिकन सरकार, पर्यावरणवादी व आयबीएम तंत्रज्ञान कंपनीसोबत एकत्र येऊन तब्बल एक्याण्णव हजार एकरांवर तयार केलेला बॅबकॉक रॅंच नावाचा अमेरिकेतील पहिला अद्ययावत कम्युनिटी सोलर उपक्रम उभा केला. साधारणतः पन्नास हजार लोकवस्तीसाठी पूर्णपणे अक्षय ऊर्जेच्या स्वरूपात सौर ऊर्जा पुरविण्याचा मानस असून नवीन स्थापित केलेल्या शहरात अनेक पर्यावरणपूरक तंत्रज्ञानाचा अंतर्भाव केला गेला आहे. अमेरिकेत वुई-सन-अलायन्स, मायक्रोग्रीड आणि क्लीन-कोईलन्स सारख्या कंपन्या कनेक्टिकट, मॅसॅचूसेट्स, न्यूजर्सी आणि पेनसिल्व्हेनिया या राज्यांत कार्बन उत्सर्जन कमी करून अक्षय (रिन्यूएबल) ऊर्जा निर्मितीसाठी प्रयत्नशील आहेत. मेरिलँड येथील युनिव्हर्सिटी पार्क कम्युनिटी सोलर उपक्रम, कोलोरॅडो येथील क्लीन-एनर्जी-कलेक्टिव्ह, वॉशिंग्टन येथील बेनब्रिज आयलंडवरील सकाई सोलर, कॅलिफोर्नियाचे सोलरशेअर, फ्लोरिडाचे ऑर्लेंडो यूटिलिटीज कमिशन, व्हरमॉंट तसेच उटाह चे

सोलर उपक्रम अशी कम्युनिटी सौरऊर्जेची अनेक यशस्वी उदाहरणं आहेत.

आजमितीला जगभरातील पन्नास टक्के लोकसंख्या ही शहरांमध्ये रहात असून वर्ष २०५० पर्यंत ही आकडेवारी पंचाहत्तर टक्क्यांवर जाणार आहे. एकूण ऊर्जेच्या पंचाहत्तर टक्के ऊर्जा शहरांसाठी खर्च होते तर ऐंशी टक्के कार्बनडायॉक्साईड उत्सर्जन हे फक्त शहरांमधून होत असते. त्यामुळेच जगभर शहरांसाठीचे पर्यावरणविषयक धोरण हे केंद्रस्थानी आहे. यामध्ये इमारती आणि वाहतूक व्यवस्था यांना सर्वाधिक ऊर्जा लागत असल्याने त्यांचा अग्रक्रमाने विचार करण्यात आला असून त्यांनतर स्मार्ट-ग्रीडसह एकात्मिक (इंटिग्रेटेड) शहरी ऊर्जा व्यवस्था यावर प्रामुख्याने भर दिला जात आहे. पथदर्शक, सूचक दिवे (सिग्नल्स), वाहनं यांसह जिथे-जिथे शक्य तिथे वाहतूक व्यवस्थेत सौर ऊर्जेचा वापर क्रमप्राप्त आहे.

भारतात वर्ष २०४० पर्यंत पंचाहत्तर टक्के नवीन इमारतींचे निर्माण शहरी भागात होणार आहे त्यामुळे हे नव्याने होणारे बांधकाम व वसाहती ऊर्जा-कार्यक्षम (एनर्जी-इफिसिएंट) बनविण्यासाठी पुरेसा वाव आहे. इमारतींमध्ये वापरली जाणारी ऊर्जा मुख्यत्वे थंड (कुलिंग), उष्ण(हिटिंग), स्वयंपाक(कुकिंग) व उपकरणांसाठी वापरली जाते ज्यासाठी सूर्य, वारा यासारख्या अक्षय-ऊर्जा स्रोतांचा वापर सहज शक्य आहे. देशातील नवतरुण व उद्योजकांनी याकडे व्यावसायिक संधी म्हणून बघितल्यास योग्य तंत्रज्ञान व संशोधनाच्या आधारे अक्षय ऊर्जा निर्मिती खर्च निश्चित कमी होऊ शकतो.

इंटरनेट ऑफ थिंग्ज

अर्थात "इंटरनेटच्या माध्यमातून भौतिक वस्तूंचा संवाद आणि समन्वय"

वाल्ट डिजने कंपनी निर्मित 'टॉय स्टोरी' किंवा 'कार्स' नावाचा सिनेमा आठवतो का? ज्यात खेळण्या व गाड्या एकमेकांशी बोलतात. इंटरनेट ऑफ थिंग्ज म्हणजे असच काहीसं प्रत्यक्षात आहे जिथे झाडे, प्राणी, मानव, शहरातील इमारती, रस्ते, हवा, पाणी, गाड्या एकमेकांशी संवाद साधू शकतात. वाटते ना गंमत? पण तंत्रज्ञान क्रांतीमुळे हे शक्य झालंय. इंटरनेट ऑफ थिंग्ज म्हणजे एक अशी व्यवस्था ज्यात स्वतंत्र ओळख (आयडी) असलेली यांत्रिकी, इलेक्ट्रॉनिक तसेच डिजिटल उपकरणे आंतरजालाद्वारे (नेटवर्क) एकमेकांना जोडलेली असतात व इंटरनेटमार्फत मानवाच्या हस्तक्षेपाशिवाय एकमेकांसोबत प्रत्यक्षदर्शी (रिअल-टाइम) माहितीचे आदानप्रदान करू शकतात. एमआयटी शास्त्रज्ञ केव्हिन अष्टोन यांनी १९९९ मध्ये प्रथमतः इंटरनेट ऑफ थिंग्ज ची संकल्पना मांडली. त्यांच्या मते तत्कालीन उपलब्ध तंत्रज्ञानानुसार संगणकाला पूर्णतः मानवाने पुरविलेल्या टाइपिंग, आवाज अथवा स्कॅन स्वरूपातील माहितीवरच अवलंबून रहावे लागत होते परंतु भविष्यात इंटरनेटक्रांतीमुळे व मायक्रो-सेन्सर्सच्या प्रगतीमुळे संगणकाला माहितीसाठी मानवाची आवश्यकता भासणार नाही तर

उलटपक्षी संगणकच आपापसात माहितीचे आदानप्रदान करून मानवी जीवन सुसह्य करतील. भौतिक जग, संगणक व इंटरनेट यांची एकत्रित प्रणाली मानवाच्या कमीत कमी सहभागाशिवाय बिनचूक व अधिक कार्यक्षम यंत्रणा उभारू शकते.

इंटरनेट ऑफ थिंग्ज सध्या अनेक शहरांमध्ये वेगवेगळ्या यंत्रणांमध्ये प्रभावी ठरत आहे. परंतु त्याच्या पुढे जाऊन मोठे आव्हान आहे ते म्हणजे संपूर्ण प्रणाली म्हणून एकापेक्षा अधिक घटकांसोबत एकत्रित सुसंवाद साधण्याचे. उदाहरणार्थ वाहतूक यंत्रणेकडून उपलब्ध माहिती आरोग्य यंत्रणा कशी वापरू शकते. वातावरणातील चढउतार नागरी सेवांमध्ये कसे बदल घडवू शकतात इ. एकूणच काय तर वाहतूक, आरोग्य, पर्यावरण, सेवा, शिक्षण, पाणीपुरवठा, स्वच्छता, सुरक्षा अशा विविध यंत्रणा आपापसात जोडल्या जाऊन एकात्मिक परिणामासाठी काम करणे गरजेचे आहे. त्यादृष्टीने आता तंत्रज्ञ प्रयत्नशील आहेत.

मँचेस्टर येथे सिटिव्हर्व उपक्रमांतर्गत स्मार्ट बसथांबे (बसस्टॉप्स) बसविण्यात आले आहेत जिथे प्रवासी प्रतीक्षा करत असल्यास बसचालकाला तात्काळ माहिती मिळते तसेच बसथांब्यावरील स्वयंचलित दिवे फक्त प्रवासी असतानाच गरजेनुसार चालू-बंद होतात. आंतरजाल (मेश नेटवर्क) तंत्रज्ञानाचा वापर करून व्हेनिअम नावाची पोर्तुगीज कंपनी शहरातील सर्व वाहनांचे रूपांतर वायफाय हॉटस्पॉट मध्ये करण्यासाठी प्रयत्नशील आहे. पोर्टो हे जगातील पहिले असे शहर आहे जिथे घन-कचरा जमा करणाऱ्या गाड्या तसेच

बसगाड्यांचा वापर करून फिरते इंटरनेट (इंटरनेट ऑफ मूव्हिंग थिंग्ज) पुरवले जाते. फिनिश स्टार्टअप इनेवो शहरातील कचरापेट्यांवर सेन्सर्सचा वापर करून त्या किती भरल्या आहेत किंवा कसे याची प्रत्यक्षदर्शी माहिती कचरा गोळा करणाऱ्या व कचरा-प्रक्रिया करणाऱ्या कंपन्यांना पुरवते त्यामुळे एकूण कार्यक्षमता वाढल्याचे लक्षात आले आहे. बार्सिलोनास्थित ऊरबायोटिका नामक कंपनी शहरातील वाहनतळ व्यवस्था (पार्किंग) कार्यक्षम बनविण्यासाठी सेन्सर्सचा प्रभावी वापर करत आहे. बिनतारी (वायरलेस) सेन्सर्सद्वारे वाहतुकीची प्रत्यक्षदर्शी माहिती वाहनचालकांना पुरविल्यामुळे शहरातील वाहतूक गर्दीची समस्या दहा टक्क्यांनी खाली आणण्यात यश मिळाले आहे. टीझेडओए कंपनीने शहरातील हवेतील प्रदूषण, तापमान, आद्रता, हवेचा दाब, प्रकाश आणि अल्ट्राव्हायोलेट किरणांची तीव्रता मोजण्याचे तंत्रज्ञान विकसित केले आहे.

विचार करा की आपल्या अनुपस्थितीत आपली सायकल एखाद्याला वापरायला द्यायची आहे. परंतु कुलुप खोलण्यासाठी चावी कशी पाठवायची? अशावेळी चावीच्या प्रत्यक्ष देवाणघेवाणीशिवाय पर्यायच नसतो. हल्ली चावी-विरहित कुलुपांनी काही प्रमाणात ही समस्या सोडवली आहे. परंतु त्या प्रक्रियेतदेखील सांकेतिक शब्द (पासवर्ड) समोरच्या बरोबर शेअर करावा लागतो. यावर उपाय म्हणून बिटलॉक कंपनीने मोबाईल ॲपच्या माध्यमातून चावी शेअर करण्याचे तंत्रज्ञान विकसित केले आहे त्यामुळे आपण जगात कुठेही असलो तरी फक्त मोबाईलने सायकलचे कुलूप उघडता येते व सुरक्षितपणे सायकल शेअर करता येते. हेच तंत्रज्ञान गाडी, घर अशा गोष्टी शेअर

करण्यासाठी वापरण्यात आले तर? ब्रिस्टल येथील सिटीझन सेन्सिंग उपग्रामांतर्गत फुटबॉल सारख्या उत्पादनांमध्ये सेन्सर्सचा वापर करून नागरिकांच्या गरजा समजावून घेण्याचा प्रयत्न होत आहे. क्रीडा क्षेत्रात आयओटी आधारित क्रिकेट बॅट, टेनिस रॅकेट चा वापर करून खेळाडू स्वतःच्या खेळाचे विश्लेषण करु शकतो व आपली कामगिरी सुधारु शकतो. इंग्लंड मध्ये ऑक्सफोर्ड येथे फ्लड नेटवर्क कंपनी पूरसदृश्य काळात विविध ठिकाणांहून पाण्याच्या पातळीची प्रत्यक्षदर्शी माहिती यंत्रणेला पुरवते त्यामुळे आपत्कालीन व्यवस्थेला तसेच पर्यावरण कंपन्यांना तात्काळ उपाययोजना करण्यासाठी माहितीचा उपयोग होतो.

गतिमान जीवनशैलीमुळे प्रत्यक्षदर्शी माहितीला अनन्यसाधारण महत्व आहे. त्यामुळेच मानवी जीवनाचा अंगभूत हिस्सा असलेल्या भौतिक वस्तूंचाही आपापसात सुसंवाद हा प्रत्यक्षदर्शी व अव्यहात (अनइंटरपटेड) होणे आवश्यक आहे. भविष्यात यंत्र यंत्रांना शिकवतील, पूर्वचाचण्या, पडताळा, संशोधन व त्रुटी सुधारण्यात वेळ न घालवता एकमेकांस जोडलेल्या उपकरणांमुळे परिस्थितीनुसार व्यवस्थेची निर्णयक्षमता अधिक अचुक होईल. जभरातील कंपन्या दाताच्या ब्रशपासून तर विमानापर्यंत इंटरनेट-योग्य (इंटरनेट-एनेबल्ड) उप्तादनांची निर्मिती करण्यात दंग आहेत. फक्त स्मार्टफोन वर घरातील सर्व उपकरणं नियंत्रित करता येतील असे स्वतःचे होमकिट ॲपल कंपनीने तयार केले आहे. सॅमसंगचे स्मार्टथिंग्ज तर मायक्रोसॉफ्ट ने विंडोज आयओटी कोअर १० अशी संगणक प्रणालीच विकसित केली आहे. गोपनीयता व सुरक्षितता

वाढविण्याच्या दृष्टीने तसेच इनरनेट पायाभूत संरचना निर्मितीत मोठी गुंतवणूक केली जात आहे. अनेक देशांची सरकारे व स्थानिक प्रशासनं शहर विकासाच्या धोरणात अनेक यंत्रणा आयओटीचा प्राधान्याने अंतर्भाव करत आहेत.

स्मार्ट शहरांच्या विकासात इंटरनेट ऑफ थिंग्ज ची भूमिका महत्वाची ठरणार आहे. भविष्यात आयओटीमुळे शहरी जीवनात आमूलाग्र बदल होणार आहेत. मानवी शरीर, प्राणी तसेच बांधकाम वस्तूंमध्ये नॅनोसेंसर स्थापित करून वैद्यकीय, शेती, स्थापत्य व औषधनिर्मिती क्षेत्रात भविष्यात मोठी प्रगती होऊ घातली आहे. इंटरनॅशनल डेटा कॉर्पोरेशन (आयडीसी) नुसार वर्ष २०२० पर्यंत इंटरनेट ऑफ थिंग्ज क्षेत्रात १.७ ट्रिलियन डॉलर्स ची उलाढाल अपेक्षित आहे. अर्थात एवढी मोठी व्यवसाय संधी जगभरातील नवउद्योजक व व्यावसायिकांना भुरळ न घालेल तर नवलच!

बिग डेटा

अलिबाबाची गुहा अर्थात
'माहितीचा खजिना'

मागील एका पाठात आपण बघितले की 'ओपन-डेटा इनिशिएटिव्ह' म्हणजे नागरिकांना अद्ययावत माहिती अवगत करण्याच्या दृष्टीने प्रशासनाने घेतलेला' एक पुढाकार. ही झाली 'प्रशासन-नागरिक माहिती आदानप्रदान' प्रक्रियेतील एक बाजू. याची दुसरी बाजू म्हणजे नागरिकांकडून प्रशासनाला पुरवली जाणारी प्रचंड मोठ्या प्रमाणातील प्रत्यक्ष-अप्रत्यक्ष अशी संरचित (स्ट्रक्चर्ड) व अरचित (अनस्ट्रक्चर्ड) माहिती अर्थात 'बिग डेटा'. सदर पाठात जाणून घेऊयात 'बिग डेटा' विषयी.

'मायनॉरिटी रिपोर्ट' नावाचा एक सिनेमा आहे. त्यामध्ये पोलिस अधिकारी एका गृहस्थाला अटक करताना म्हणतात, 'आम्ही तुला अटक करत आहोत, कारण तू आज एक खून करणार होतास.' पोलिसांना हे कसं कळलं म्हणून त्या गृहस्थाला आश्चर्य वाटत असलं तरी पोलिसांना ते पूर्वानुमानी (प्रेडिक्टिव) माहितीच्या आधारे समजलेले असते. सध्या अमेरिकेत पुढील १२ तासांत कुठे गुन्हा घडू शकतो, याचा पूर्वानुमान घेत गुन्हा घडण्याआधीच अमेरिकेतील पोलिस गुन्हेगारांना ताब्यात घेण्यासाठी प्रयत्नशील आहेत. इंग्लंडमधील व्यापारी आणि शास्त्रज्ञांना गणिताच्या आधारे

अब्जावधी रुपये कमावण्याचे गुपित उलगडल्याचा दावा ते करत आहेत. दक्षिण आफ्रिकेत एक खगोलशास्त्रज्ञ संपूर्ण ब्रह्मांड सूचीबद्ध करण्यात व्यग्र आहे. हे सर्व घटनाक्रम एका समांतर धाग्याने जोडले गेलेले आहेत, आणि तो धागा म्हणजे 'बिग डाटा'.

बिग डेटा म्हणजे आधुनिक तंत्रज्ञानाच्या मदतीने अतिशय वेगाने होणाऱ्या माहिती आदानप्रदानातून मोठ्या प्रमाणात तयार होणारा डिजीटल डेटा. दर दिवसाला आपण जगभरात २.५ क्विंटिलिअन डेटा तयार करत असतो. सोप्या भाषेत सांगायचे म्हणजे आजमितीला संपूर्ण जगभरात असलेला नव्वद टक्के डेटा हा मागील दोन वर्षांत तयार झाला आहे. अब्जावधी फोन्स, सेन्सर्स, सोशियल मेडिया पोस्ट्स, संकेतस्थळे, डिजिटल चित्रे, चलचित्रे, दृकश्राव्य माध्यमे, ईमेल, जिपीएस आणि इंटरनेट ऑफ थिंग्ज आधारित उपकरणे ही बिग डेटा निर्मितीची मुख्य स्रोत आहे. याच बिग डेटामुळे कंपन्या कशा चालतात, आपण खरेदी कशी करतो, हवामान अंदाज कसे नोंदवले जातात किंवा संशोधन कसे केले जाते, या सर्वांवरच परिणाम होणार आहे. असंख्य तंत्रज्ञ व प्रचंड वेगाने काम करणारी शक्तिशाली संगणक प्रणाली (सॉफ्टवेअर) यांच्या मदतीने बिग डेटाचे पृथक्करण (ॲनेलिसीस) केले जात असून त्या आधारे अचूक अनुमान बांधले जात आहेत. गूगलवर शोधल्या जाणा-या सर्च टर्म्सचा अभ्यास करून तुम्हाला जाहिराती दाखवल्या जातात. फेसबुकवर पाठवलेल्या पोस्ट व लाइक्सचा अभ्यास करून उत्पादने दाखवली जातात. अमेझॉनवर तुमची वाचनाची आवड लक्षात घेऊन तुम्हाला पुस्तके सुचवली जातात. इबेवर तुम्ही नवीन काय वस्तू विकत घेणार

ते दर्शविले जाते. अमेरिकेतील वालमार्ट स्टोअरहाउसच्या अधिका-
यांवर एक ग्राहक यामुळे खूप चिडला. त्याचे असे झाले की,
वालमार्टने पाठवलेले कुरिअर उघडून बघतो तर काय त्याच्या १५
वर्षाच्या मुलीसाठी चक्क बाळाचे साहित्य? वालमार्टच्या अधिका-
यांवर भडकलेला तो ग्राहक एके दिवशी मात्र त्यांची माफी
मागण्यासाठी गेला. कारण त्याची मुलगी काही महिन्यांपासून प्रेग्नंट
असल्याचे त्याला नंतर समजले, जे वालमार्टला त्या मुलीच्या मागील
काही महिन्यांच्या खरेदीस्वभावावरून याआधीच समजले होते. याला
आधार पुन्हा 'बिग डेटा' याचाच.

जर बिग डेटा चा उपयोग गुगल, अमेझॉन, इबेसारख्या कंपन्यांना होऊ
शकतो तर स्थानिक प्रशासनाला का नाही? शहरातील नागरिकांना
का नाही? बिग डेटा ही नागरिकांच्या प्रतिक्रियांतून शिकण्याची मोठी
संधी प्रशासनांना आहे. सोशियल मेडियाच्या माध्यमातून
नागरिकांच्या भावना, समस्या, ते कुठल्या विषयावर बोलतात, काय
चर्चा करतात, कुठे काय घडत आहे, घडणार आहे याचा वेध घेता
येतो. जगातील अनेक प्रशासनं त्यासाठी डेटा शास्त्रज्ञांची नियुक्ती
करत आहेत, बिग-डेटा पृथक्करण व विश्लेषण यात मोठी गुंतवणूक
करत आहे. प्राप्त माहिती व संगणकीय प्रणालींच्या आधारे
नागरिकांच्या गरजा, आवडीनिवडी, सामाजिक कल, मते-मतांतरे व
परस्पर संबध याचा अभ्यास करत योग्य त्या नागरिक सेवा-सुविधा
पुरवणे व कायदा सुव्यवस्था कायम ठेवण्यास मोठी मदत मिळत
आहे.

साऊथ कोरियातील सोंगडो हे शहर बिग-डेटा चा उत्तम वापर करणारे एक चांगले उदाहरण आहे. त्यांनी इंटरनेट ऑफ थिंज्ज व बिग डेटाचा एकत्रित वापर करुन शहरातील प्रदूषण, वाहतूक, पाणीपुरवठा, ऊर्जा, कचरा, पार्किंग विषयक समस्या प्रभावीपणे सोडवल्या आहेत. नाशिकसारख्या शहरात देखील कुंभमेव्व्यादरम्यान प्रशासनाने बिग डेटा चा प्रभावी वापर करत चेंगराचेंगरी सारख्या गर्दींच्या समस्यांना पूर्णपणे आळा घातला. तसेच लाखो भाविकांच्या अन्न-पाणी, सुरक्षा व वाहतुकीची योग्य काळजी घेतली. अमेरिकेतील एलईडी लाईट्स डेटा चा उत्तम वापर करणारे लॉस एंजलिस, पर्यटकांच्या गर्दी नियंत्रणासाठी बिग डेटा आधारे विशिष्ट आकाराचे शांघाय मधील नॅचरल हिस्ट्री म्युझियम तसेच सौदी अरेबियातील हज यात्रेदरम्यान गर्दी नियंत्रणासाठी मक्का शहर ही बिग डेटाचा पुरेपूर लाभ घेणारी काही उदाहरणं.

'बिग डेटा'बद्दल संपूर्ण अवलोकन होण्यास व करण्यास अजून खूपसा वाव असल्याने तरुण वर्गाला 'डेटा मीमांसा व व्यवस्थापन' क्षेत्रात नोकरी व व्यवसायाच्या प्रचंड संधी खुणावत आहेत. जसे- बॅंकिंग व्यवसायातील डाटामुळे लोकांच्या खरेदी-विक्री, बचत, कर्ज व परतफेड सवयींचे विश्लेषण करुन आर्थिक क्षेत्रात मोठी क्रांती संभाव्य आहे. शिक्षण क्षेत्रातील तंत्रज्ञानाच्या वाढत्या वापरातून मिळणा-या प्राप्त डेटापासून समाजाची गरज व शिक्षणातील कमतरता यावर वेळीच उपाययोजना शक्य आहेत. आरोग्य क्षेत्रात नोंदवल्या जाणा-या आकड्यांच्या आधारे समाजातील स्वास्थ्य समस्या, वर्तन व एकंदरीत कल समजणे सोपे जाणार असून

भविष्यातील आरोग्यविषयक आलेख सुधारण्यास प्रचंड वाव आहे. सामाजिक व खासगी उत्पादन, सेवा तसेच विपणन व पुरवठा क्षेत्रातून मिळणा-या प्रचंड डेटाचे संशोधन करून मागणी व पुरवठा यात समतोल तसेच नैसर्गिक संसाधनांचा योग्य वापर करणे शक्य होणार आहे. बिग डेटाची व्याप्ती आणि प्रभाव खूपच मोठा आहे. महानगरपालिकांना पुरेशा संसाधनामुळे स्वतःला शक्य नसल्यास देशातील खाजगी तसेच मोठ्या आयटी कंपन्यांच्या मदतीने बिग डेटा मिळवणे व त्याचे शहरविकासासाठी पुथक्करण करणे असे उपक्रम सुरु आहेत. आयबीएम, इन्फोसिस, टीसीएस, विप्रो सारख्या कंपन्या बिग डेटा तंत्रज्ञानात मोठी गुंतवणूक करत आहेत. मायक्रोसॉफ्ट सिटीनेक्स्ट ने गुजरात राज्याच्या सुरत शहर महानगरपालिकेसोबत बिग डेटासाठी करार केला आहे.

वाढते शहरीकरण आणि वाढती लोकसंख्या म्हणजेच वाढता बिग-डेटा. त्यामुळेच भविष्यातील शहरांचा चेहरा-मोहरा ठरविताना, भूतकाळातील माहिती (हिस्टोरिकल डेटा) व वर्तमानात नित्याने निर्माण होणारी नवीन माहिती (करंट डेटा) यांचा स्मार्ट गव्हर्नन्ससाठी आधार घेतला जात आहे. बिग डाटामुळे तंत्रज्ञानातील येऊ घातलेली नवीन क्रांती खुणावत असताना, स्मार्ट शहर निर्मिती प्रक्रियेत इंटरनेट ऑफ थिंग्ज हार्डवेअर व सॉफ्टवेअर तंत्रज्ञानासोबतच बिग डेटाला म्हणूनच अनन्यसाधारण महत्व आहे.

व्हर्चुअल रियॅलिटी (व्हीआर)

आभासी वास्तव: जादुई दुन्याचा डिजिटल टप्पा

कल्पना करा कि आपण पक्षाप्रमाणे उंच भरारी मारत आहोत, माशाप्रमाणे समुद्राच्या तळाशी मस्त विहार करत आहोत किंवा रामायण-महाभारत, जागतिक युद्ध या सारख्या युद्धप्रसंगी शत्रूला पच्छाडत आहोत. आपल्या प्रत्येकाच्या मनात कधी ना कधी अधिक एखादी कल्पना उफळून आली असेलच. उंच भरारी मारणे, समुद्राच्या तळाखालची सफर, किंवा एखाद्या ऐतिहासिक घटनेचा साक्षीदार होणे. कधीकाळी ही कल्पना फक्त स्वप्नांच्या आणि कथांच्या दुनियेतच वावरत होती. पण, आता तंत्रज्ञानाच्या झपाट्याने या कल्पनांना प्रत्यक्ष अनुभवांमध्ये बदलण्याची क्षमता आली आहे. हीच आहे आभासी वास्तव (VR) तंत्रज्ञानाची जादू!

व्हिआर (VR) हे एक संगणक-जनित तंत्रज्ञान आहे, जे आपल्याला डिजिटल विश्वात प्रवेश करण्याची संधी देते. व्हिआरमुळे या विश्वात आपण फक्त पाहत नाही तर त्या विश्वाचा प्रत्यक्ष भाग बनतो. विशेष हेडसेट आणि ग्लोव्ह्ज वापरुन आपण या डिजिटल जागात हिंडता-फिरता, वस्तूंना स्पर्श करतो आणि त्यांचा अनुभव घेतो. यामुळे

आपल्या डोळ्यांना, कानांना आणि अगदी काही प्रकरणांमध्ये शरीराच्या इतर संवेदनांनाही उत्तेजन मिळते आणि आपण या डिजिटल विश्वात खरोखरच असल्यासारखे वाटते.

व्हिआरचा इतिहास २० व्या शतकाच्या मध्यातच सुरु झाली होतो. त्यावेळी मोर्टन हेइलिंग या शास्त्रज्ञाने सेन्सोरमा नावाचे पहिले व्हिआर उपकरण तयार केले होते. हे उपकरण सिनेमाटिक अनुभवाला अधिक वास्तव बनवण्यासाठी तयार करण्यात आले होते. नंतरच्या काळात तंत्रज्ञान विकसित होत गेले आणि १९८० च्या दशकात व्हीपीएल रिसर्च डाटाग्लोव्ह आणि नासा-विकसित व्ह्यू हेडसेटसारख्या अधिक परिष्कृत उपकरणांची निर्मिती झाली. २०१० च्या दशकात मात्र व्हिआर ने खऱ्या अर्थानं मोठ्या प्रमाणात प्रसार पावला. फेसबुकच्या ऑकुलस रिफ्ट सारख्या उपकरणांच्या आगमनामुळे व्हिआर अनुभव सामान्य घरांमध्ये पोहोचले. आज व्हिआर हे मनोरंजन, शिक्षण, आरोग्य, इंजिनियरिंग आणि इतर अनेक क्षेत्रांमध्ये क्रांती घडवून आणत आहे. गुगलग्लास नंतर अँपल कंपनीने आपले प्रो-व्हिजन उत्पादन विकसित केले आहे. व्हिआर आपले जग आणि जगण्याचा अनुभव बदलून टाकू शकते.

व्हिआर तंत्रज्ञान आणि याची वाढती मागणी बघता उद्योगांवर व्हिआर चा सकारात्मक प्रभाव वाढत आहे. नवीन उत्पादनांचे प्रोटोटाइप तयार करणे, व्हिआर उत्पादन डिझायनर्सना उत्पादनांचे थ्रीडी मॉडेल पाहण्याची आणि त्यांच्याशी इंटरेक्ट करण्याची संधी देते. यामुळे नवीन उत्पादने अधिक चांगली बनवता येतात. व्हिआरमुळे लोक

वेगवेगळ्या ठिकाणी असूनही एकत्र काम करु शकतात, ग्लोबल टीमसाठी हे फायदेशीर ठरत आहे. व्हिआर कर्मचाऱ्यांना सुरक्षित आणि वास्तववादी वातावरणात कौशल्ये शिकण्याची संधी देते. हे प्रशिक्षण अधिक प्रभावी आणि कमी खर्चिक असते.

व्हिआर तंत्रज्ञान अजूनही विकसित होत आहे, पण या क्षेत्रात अनेक नवीन रोजगार आणि स्टार्टअप्सच्या संधी उपलब्ध आहेत. काही उदाहरणे पाहूया. जसे भविष्यात व्हिआर तंत्रज्ञान विकसित करणारे इंजिनिअर्स आणि प्रोग्रामर्सची मागणी वाढेल. तसेच व्हिआर कंटेंट तयार करणारे आर्टिस्ट आणि डिझायनर्स, व्हिआर शिक्षण आणि प्रशिक्षण देणारे शिक्षक आणि प्रशिक्षक, व्हिआर मार्केटिंग आणि विक्री करणारे व्यावसायिक यांना खूप साऱ्या व्यवसायिक संधी असतील. व्हिआर हे भविष्यातील एक मोठे तंत्रज्ञान असणार हे निश्चित आहे. हे आपल्या जगाला कसे बदलून टाकणार हे पाहण्यासाठी उत्सुकता आहे!

भविष्यात ठीक आहे पण आज आपण व्हिआरचा अनुभव कसा घेऊ शकतो? असा प्रश्न साहजिकच वाचकांना पडू शकतो. हे अगदी सहज सोपे आहे. तुम्ही व्हीआरबद्दल वाचलंत तरी, आता खरी मजा तर तुमच्या हातात आहे! तुम्ही व्हीआरचा अनुभव घ्यायचाच! तुम्ही या जादुई जगात प्रवेश करण्यासाठी काही सोपे मार्ग आहेत. तुमच्या शहरात किंवा गावात व्हीआर आर्केड आणि गेमिंग सेंटर शोधून काढा. तिथे तुम्ही वेगवेगळ्या व्हीआर गेम्स, अनुभव आणि सिम्युलेशनचा आनंद घेऊ शकता. त्यांचे पॅकेज आणि किंमती विचारात घ्या आणि

तुमच्यासाठी योग्य पर्याय निवडा. जर तुमच्याकडे बजेट असेल तर तुमच्या घरासाठी व्हीआर हेडसेट खरेदी करणे हा उत्तम पर्याय आहे. बाजारात विविध किंमती आणि फीचर्ससह बरेचसे हेडसेट उपलब्ध आहेत. तुमच्या गरजा आणि बजेटनुसार एक योग्य पर्याय निवडा. ऑनलाइन रिव्ह्यू वाचा आणि तुमच्या शहरातील इलेक्ट्रॉनिक्स स्टोअर्सला भेट देऊन प्रत्यक्ष प्रयोग करून पहा. मोठ्या स्मार्टफोनला जोडणारे किफायतशीर व्हीआर गॉगल्सही बाजारात उपलब्ध आहेत. यांच्या मदतीने तुम्ही तुमच्या फोनवरच वेगवेगळ्या व्हीआर ॲप्स आणि गेम्स खेळू शकता. हे प्रारंभ करण्यासाठी चांगला पर्याय आहे, पण अनुभव थोडा खालच्या दर्जाचा असतो. व्हीआर तंत्रज्ञान अजूनही विकसित होत आहे, पण या क्षेत्रात अनेक नवीन रोजगार आणि स्टार्टअप्सच्या संधी उपलब्ध आहेत. जर तुम्हाला या तंत्रज्ञानात रस असेल तर हे तुमच्यासाठी उत्तम क्षेत्र असू शकते. आर्टिफिशियल इंटेलिजन्सचा (AI) वापर व्हीआर जगात अधिक वास्तविक आणि परिष्कृत अनुभव देऊ शकतील. हे निश्चित आहे की हे आपल्या जगाचा एक महत्त्वपूर्ण भाग बनणार आहे. ती जादू अनुभवण्यासाठी तयार व्हा!

व्हीआरच्या क्षेत्रात जशा अनेकविध संधी आहेत तसेच आजमितीला काही आव्हाने देखील आहेत. चांगल्या दर्जाचे व्हीआर हेडसेट आणि उपकरण अजूनही महाग आहेत. या किंमत कमी करणे हा मोठा आव्हान आहे. दीर्घकाळ व्हीआर वापरण्याचे दीर्घकालीन आरोग्यविषयक परिणाम शोधणे आवश्यक आहे. व्हीआरचा गैरवापर टाळण्यासाठी सखोल नैतिक तत्त्वे विकसित करणे महत्त्वाचे आहे.

अशी काही आव्हानं असूनही, व्हीआर तंत्रज्ञान सकारात्मक दिशेने वाटचाल सुरु ठेवेल हे निश्चित.

व्हिआर गेमिंग हा आजचा सर्वात मोठा व्हिआर उद्योग आहे. व्हिडिओ गेम्स आता फक्त पाहण्याऐवजी त्यांचा भाग बनण्याची संधी देतात. तुम्ही आता युद्धाच्या मैदानावर उतरु शकता, पहाड चढू शकता किंवा अज्ञात जगाचा शोध घेऊ शकता. व्हिआर शिक्षणाला अधिक परस्परसंवादी आणि आकर्षक बनवत आहे. विद्यार्थी आता इतिहासात प्रवास करु शकतात, आभासी प्रयोगशाळेत प्रयोग करु शकतात किंवा दूरच्या ठिकाणांना भेट देऊ शकतात. यामुळे शिक्षण अधिक मनोरंजक आणि प्रभावी होते. व्हिआर थेरपी हे एक नवीन आणि आशादायक क्षेत्र आहे. मानसिक आजारांसाठी थेरपी, भीती-फोबियावर मात करणे आणि शस्त्रक्रियापूर्व प्रशिक्षण यासाठी व्हिआर आरोग्य तंत्रज्ञान वापरले जात आहे. व्हिआर प्रयोग आर्किटेक्ट आणि इंजिनिअर्सना प्रकल्प पूर्ण होण्यापूर्वीच त्याचा अनुभव घेण्याची संधी देतो. यामुळे संभाव्य चुका टाळल्या जातात. ऑस्ट्रेलियामध्ये, ग्रेट बॅरियर रीफचा व्हच्र्युअल टूर अनुभव घेता येतो. यामुळे पर्यावरण नुकसान न करता लोकांना या सुंदर ठिकाणाचा अनुभव घेता येतो. अमेरिकेत, व्हिआर वापरुन विकलांग व्यक्तींना संगीत ऐकण्याचा अनुभव घेता येतो. स्वीडनमध्ये, डॉक्टर्स व्हिआर वापरुन जटिल शस्त्रक्रियांचे सिम्युलेशन तयार करुन त्यांचे प्रशिक्षण घेतात. यामुळे शस्त्रक्रिया अधिक यशस्वी होण्याची शक्यता वाढते. भारतात देखील शिक्षण, पर्यटन क्षेत्रात मोठ्या प्रमाणात व्हिआर

वापर वाढत आहे. या उदाहरणांवरून हे स्पष्ट होते की व्हिआरची शक्ती व शक्यता अथांग आहेत.

व्हीआर तंत्रज्ञानाच्या भविष्यात दिसणारे हे अचंबित करणारे अनुभव आणि व्यापक वापर आर्थिक विकासाच्या नवीन पाऊलांची दारे उघडतील. जर तुम्हाला ही क्रांती हाताळायची आणि या क्षेत्रात यशस्वी स्टार्टअप उभारायचे असेल तर संधी तुमच्यासाठीच आहेत. मानसिक आरोग्य थेरपी, शस्त्रक्रियापूर्व प्रशिक्षण, औषधांची चाचणी अशा अनेक क्षेत्रांमध्ये व्हीआरचा वापर वाढणार आहे. या क्षेत्रात नवीन उपकरण आणि ऍप्स विकसित करणाऱ्या स्टार्टअप्स मोठ्या यशस्वी ठरू शकतात. व्हीआर-आधारित शिकवणी कार्यक्रमांची मागणी वाढेल. तंत्रज्ञान-केंद्रित कौशल्ये (टेक्निकल स्किल्स) शिकवणा, कॉर्पोरेट प्रशिक्षण अशा क्षेत्रांमध्ये स्टार्टअप्स यशस्वी ठरू शकतात. आभासी पर्यटनाची मागणी झपाट्याने वाढत आहे. दूरच्या वळवळलेल्या प्रदेश, ऐतिहासिक ठिकाणे आणि साहसिक टूर यांचे व्हीआर अनुभव तयार करणारे स्टार्टअप्स लोकप्रिय ठरू शकतात. ब्रँड्स ग्राहकांना उत्पादनांच्या आभासी अनुभव देऊन त्यांच्याशी अधिक चांगले संवाद साधू शकतील. यासाठी नवीन व्हीआर मार्केटिंग कॅम्पेन तयार करणारे स्टार्टअप्स मागणीत राहतील.तुमच्या स्टार्टअपचा खास गुणधर्म (युनिक व्हॅल्यू प्रपोसिशन) तुमच्या स्पर्धकांपेक्षा वेगळ्या ठरवतो. तुमची ताकद काय आहे ते ओळखा आणि त्यावर लक्ष केंद्रित करा. तुमच्या ऍप किंवा उपकरण कशा प्रकारे अधिक इमर्सिव्ह, प्रगत किंवा किफायतशीर आहेत हे स्पष्ट करा. तुम्ही बाजाराला काहीतरी अनोखे अनुभव किंवा उपाय प्रदान

करत आहात का? तंत्रज्ञान नवतेवर, तुमची टीम, सामग्री किंवा व्यापार मॉडेल यावर लक्ष केंद्रित करा. त्यासाठी प्रगत तंत्रज्ञान वापरणे आवश्यक आहे, पण गुणवत्तेला प्राधान्य द्या. चांगली ग्राफिक्स, आवाज आणि इंटरफेससह व्हीआर अनुभव तयार करा. सुरक्षा ही सर्वोच्च प्राधान्यता आहे. विकसित केलेल्या ॲप्स आणि उपकरणांनी वापरकर्त्यांच्या आरोग्याची हानी होऊ नये याची काळजी घ्या. तंत्रज्ञान उद्योगात नेटवर्किंग महत्त्वाचे आहे. प्रस्थापित कंपन्या आणि गुंतवणूदारांशी संवाद साधून आर्थिक पाठिंबा मिळवा. सहकार्य करून बाजारात शिरकाव करणे फायदेशीर ठरते. तुमच्या क्षेत्रातले इतर स्टार्टअप्स किंवा तंत्रज्ञान कंपन्यांशी भागीदारी करून अधिक मोठ्या प्रेक्षकांपर्यंत पोहोचू शकता. महत्त्वाकांक्षा, कल्पकता आणि सतत प्रयत्न यांच्या बरोबर येणारे आत्मविश्वास तुमच्या व्हीआर कल्पना-स्वप्न वास्तवात उतरवू शकतात.

ब्लॉकचेन तंत्रज्ञान

विश्वासार्ह जग निर्माण करणारी क्रांती

आपण ज्या जगात राहतो त्यात विश्वास हा सर्वकाही आहे. आपण ज्यांच्याशी व्यवहार करतो त्यांवर आपण विश्वास ठेवतो, की ते आपल्याशी प्रामाणिकपणे वागतील आणि आपल्या हितसंबंधांचे रक्षण करतील. पण, कधी कधी हा विश्वास कमी पडतो. केंद्रीय संस्थांवरील अवलंबित्व आपल्या माहिती आणि मूल्यांच्या नियंत्रणावरून आपल्याला दूर ठेवू शकते. परंतु, एक नवीन तंत्रज्ञान उदयासाला आले आहे जे या समस्यांवर उत्तर देत आहे आणि विश्वासाच्या नवीन जग निर्माण करत आहे - ब्लॉकचेन तंत्रज्ञान.

ब्लॉकचेन हे विकेंद्रित डिजिटल लेजर आहे जे सर्वकाही जसे. पैसा, मालमत्ता, डेटा इत्यादी सुरक्षित आणि पारदर्शकरीत्या रेकॉर्ड करत असते. या लेजरमध्ये ब्लॉक्स नावाच्या चेनमध्ये माहिती संग्रहित असते. प्रत्येक ब्लॉकमध्ये अद्वितीय कोड असतो ज्यामुळे तो सुरक्षित राहतो आणि मागील ब्लॉक्सशी जोडला जातो, ज्यामुळे तपासणी करणे सोपे होते. ब्लॉकचेनच्या सर्वात मोठ्या वैशिष्ट्यांपैकी एक म्हणजे विकेंद्रीकरण. हे कोणत्याही एक व्यक्ती किंवा संस्थेवर नियंत्रित नाही, परंतु त्याऐवजी संगणकांच्या नेटवर्कद्वारे चालते. हे

नेटवर्क कोणत्याही माहितीला बदलू शकत नाही, फक्त ब्लॉक जोडू शकते, ज्यामुळे लेजर हमेशा अचूक आणि मागील घडलेल्या गोष्टी यांचा पुरावा असतो.

ब्लॉकचेनची कथा २००८ मध्ये सतोशी नाकामोतो नावाच्या रहस्यमय व्यक्तीने लिहिलेल्या पेपर, "बिटकॉइन: ए पीअर-टू-पीअर इलेक्ट्रॉनिक कॅश सिस्टम" सोबत सुरु होते. बिटकॉइन, पहिले क्रिप्टोकरन्सी, ब्लॉकचेन तंत्रज्ञान वापरुन सुरक्षितपणे आणि विकेंद्रितरित्या पाठवले जाऊ शकते. बिटकॉइनच्या यशामुळे ब्लॉकचेन तंत्रज्ञानाकडे लक्ष वेधले गेले आणि लवकरच ते इतर क्षेत्रांमध्ये वापरले जाऊ लागले.

आज, ब्लॉकचेन तंत्रज्ञान विविध क्षेत्रांमध्ये क्रांती घडवून आणत आहे. जसे. बिटकॉइनसह इतर क्रिप्टोकरन्सीज ब्लॉकचेनवर चालतात, परंपरागत बँकिंग प्रणालीला बायपास करुन पैसे पाठवणे अधिक सोपे आणि सुरक्षित बनवतात. ब्लॉकचेन तंत्रज्ञान लोन, स्टॉक ट्रेडिंग आणि इतर आर्थिक सेवांच्या सुरक्षिततेत आणि पारदर्शकतेत सुधारणा करु शकते. ब्लॉकचेन उत्पादनांच्या उत्पत्तीपासून विक्रीपर्यंतचा प्रवास ट्रॅक करु शकते, तस्करी थांबवू शकते आणि ग्राहकांना उत्पादनांच्या स्रोताबद्दल खात्री देऊ शकते. ब्लॉकचेन रुग्णांची वैद्यकीय रेकॉर्ड सुरक्षित आणि गोपनीयतेने संग्रहित आणि सामायिक करु शकते, आरोग्य सेवा वितरणात कार्यक्षमता सुधारु शकते. एवढेच नाही तर ब्लॉकचेन मतदान प्रणाली अधिक सुरक्षित आणि पारदर्शक बनवू शकते, मतदानानंतरच्या मानवी फेरफार टाळू

शकते आणि एक पारदर्शक सरकार स्थापनेपर्यंतची महत्त्वपूर्ण भूमिका निभावी शकते.

ब्लॉकचेन तंत्रज्ञान हे केवळ आर्थिक आणि व्यावसायिक क्रांती घडवून आणणारे नाही, तर ते आपल्या जगात राहण्याचा आणि कार्य करण्याचा मार्ग बदलत आहे. आत्ता आणि भविष्यात या तंत्रज्ञानाचा जगाला कसा आकार येईल याची काही उदाहरणे अभ्यासणे योग्य ठरेल. ब्लॉकचेन मध्यस्थांची गरज कमी करते आणि पारदर्शकता वाढवते, ज्यामुळे सरकार आणि नागरिकांमध्ये विश्वास वाढविण्यास मदत होते. हे सरकारी खर्चातील गैरप्रकार कमी करू शकते आणि सर्वसामान्यांना त्यांच्या सरकारकडून अधिक जबाबदारी अपेक्षा करू शकते. क्रिप्टोकरन्सी आणि विकेंद्रित फायनान्स ब्लॉकचेनवर निर्माण केलेली एक नवीन आर्थिक प्रणाली उभरत आहे. ही प्रणाली पारंपरागत बँकिंग प्रणालीला बायपास करून सार्वजनिकांना अधिक नियंत्रण देते आणि आर्थिक समावेशनाची संधी वाढवते. ब्लॉकचेन तंत्रज्ञान क्षेत्रात नोकरीच्या नवीन संधी उपलब्ध होत आहेत. ब्लॉकचेन तंत्रज्ञानाच्या मागणीमुळे नवीन प्रकारच्या नोकऱ्या निर्माण होत आहेत. ब्लॉकचेन डेव्हलपर, स्मार्ट कॉन्ट्रॅक्ट स्पेशलाइझेशन, सिक्युरिटी ऑडिटर आणि क्रिप्टोकरन्सी व्यापारी हे काही उदाहरणे आहेत. हे तरुणांना नवीन कौशल्ये शिकण्याची आणि भविष्यातील अर्थव्यवस्थेत यशस्वी होण्याची संधी देतात. ब्लॉकचेन शैक्षणिक प्रमाणपत्रांची तपासणी सुलभ करू शकते आणि कौशल्य विकास कार्यक्रमांना अधिक प्रभावी बनवू शकते. ब्लॉकचेन-आधारित प्लॅटफॉर्म शिक्षण सामग्रीच्या सुरक्षित आणि पारदर्शक वितरणात

क्रांती घडवून आणू शकतात. ब्लॉकचेन विकेंद्रित ऍप्लिकेशन्सद्वारे गृहपाठण ते जागतिक प्रकल्पांपर्यंत सर्वकाहीसाठी समुदायांचे सुरक्षित आणि गोपनीयतेने सहकार्य करण्याची संधी देतात. यामुळे नवीन कल्पनांचा विकास आणि सहकार्यावर आधारित अर्थव्यवस्थेचा उदय होऊ शकतो. जे आजपर्यंत शक्य झाले नाही अशा अनेक जागतिक समस्यांचे निराकरण करण्याची क्षमता या तंत्रज्ञानांत आहे. ब्लॉकचेन तंत्रज्ञान हवामान बदलाच्या लढाईपासून गरिबी कमी करण्यापर्यंत जागतिक समस्यांवर उपाय शोधण्यात महत्त्वपूर्ण भूमिका बजावू शकते. उदाहरणार्थ, ब्लॉकचेन पर्यावरण-श्रेयस्थ प्राप्तींचे ट्रॅक करू शकते आणि कार्बन उत्सर्जन कमी करण्यासाठी प्रोत्साहन देऊ शकते.

ब्लॉकचेन तंत्रज्ञान अजूनही विकसित होत आहे आणि काही आव्हानांवर मात करणे आवश्यक आहे. जसे. मापनीयता (स्केलेबिलिटी), अर्थात ब्लॉकचेन नेटवर्क मोठ्या प्रमाणात व्यवहार घाण्यास सक्षम करण्यासाठी स्केलेबल होणे आवश्यक आहे.दुसरे म्हणजे त्याचे नियमन (रेग्युलेशन). जगभरातील सरकारांनी ब्लॉकचेन तंत्रज्ञानाचे नियमन कसे करावे याबद्दल अजूनही स्पष्टता नाही. हे नियामक अस्पष्टता गुंतवणूकदारांना हतोत्साहित करू शकते. त्यानंतर सुरक्षा (सेक्युरिटी), ब्लॉकचेन सुरक्षित असले तरीही, हॅकिंगच्या धोका कायम राहतो. सुरक्षा उपाय सतत अद्यतनित करणे आवश्यक आहे. यासोबतच बहुभाषिक जगाचा विचार करता, ब्लॉकचेनला पारिभाषिक शब्दज्ञान असणे आवश्यक आहे म्हणजे अचूक अर्थस्पष्टता मिळू शकेल.

असे असले तरी, आव्हानांना तोंड देत, ब्लॉकचेन तंत्रज्ञान वेगाने प्रगती करत आहे. ब्लॉकचेनचे आव्हानांवर मात करण्याचे प्रयत्न जोरदार सुरु असतानाच, आगामी काळ अनेक रोमांचक संधी घेऊन येत आहे. विकेंद्रीकरणाची लाट सर्व क्षेत्रांना व्यापून टाचू शकते. जगभरातील शोधकर्ते मापनीयता सुधारण्यावर, सुरक्षा मजबूत करण्यावर आणि वापरकर्ता-अनुकूल इंटरफेस विकसित करण्यावर काम करत आहेत. सरकार आणि नियामक संस्था देखील ब्लॉकचेन तंत्रज्ञानाचे सकारात्मक वापर सुनिश्चित करण्यासाठी योग्य नियम व तरतुदी तयार करण्याच्या प्रयत्नात आहेत. या प्रगतीमुळे आगामी काळात अनेक रोमांचक विकासांची अपेक्षा आहे. येथे काही संभाव्य शक्यतांची फारच आशादायी आहेत जसे. इंटरनेट ऑफ थे थिंग्स (IoT). ब्लॉकचेन सुरक्षित आणि विश्वासार्ह डिवाइस-टू-डिवाइस संवाद सक्षम करून IoT क्रांतीला गती देईल. स्मार्ट होम्स, स्वायत्त वाहने आणि बुद्धिमान शहरे यांचे विकेंद्रीकरण आणि सुरक्षित नेटवर्क तयार करू शकते. आर्टीफिशियल इंटेलिजन्स (AI) आणि ब्लॉकचेन एकत्रित करून स्मार्ट कॉन्ट्रॅक्ट्स अधिक च बुद्धिमान आणि स्वय-शासित बनविले जाऊ शकतात. हे स्वायत्त रसदवाहत प्रणाली आणि विकेंद्रित आर्थिक प्रणालींसाठी मार्ग प्रशस्त करू शकते. ब्लॉकचेन नवीन प्रकारच्या बाजारपेठांना जन्म देईल जिथे मालमत्ता आणि सेवा विकेंद्रितरित्या खरेदी-विक्री केली जाऊ शकतात. डेटा हा मालमत्ता बनू शकतो आणि व्यक्तींना त्यांच्या डेटावर अधिक नियंत्रण मिळवून देऊ शकतो.

भारत, जगातील सर्वात मोठ्या जुन्या लोकसंख्येपैकी एक असलेल्या देशासाठी, ब्लॉकचेन अनेक संधी घेऊन येतो. विकेंद्रित तंत्रज्ञान प्रशासनात पारदर्शकता वाढवू शकते, ग्रामीण भागांना आर्थिक प्रवाहात समाविष्ट करू शकते आणि शिक्षण आणि आरोग्य सेवांची प्रवेशक्षमता सुधारू शकते. भारतीय सरकार आधीच ब्लॉकचेन तंत्रज्ञानाच्या संभाव्यतेची ओळख करून आहे आणि या दिशेने सक्रियपणे काम करत आहे. सरकारने ब्लॉकचेन तंत्रज्ञानावर राष्ट्रीय धोरण तयार करण्याची घोषणा केली आहे आणि अनेक ब्लॉकचेन-आधारित पायलट प्रकल्प सुरू केले आहेत. या प्रयत्लांमुळे, भारत हा विकेंद्रित तंत्रज्ञानाचा जागतिक नेता म्हणून उदयासाला येऊ शकतो आणि आपल्या नागरिकांसाठी अधिक विश्वासार्ह, समावेशक आणि टिकाऊ भविष्य निर्माण करू शकतो.

ब्लॉकचेन तंत्रज्ञान हा अल्पक्रांती नाही - ही संपूर्ण विश्वास प्रणालीची पुनर्रचना आहे. हे आपल्या जगात राहण्याचा आणि कार्य करण्याचा मार्ग मूलभूतपणे बदलू शकते आणि अधिक विश्वासार्ह, पारदर्शक आणि समावेशक भविष्य तयार करू शकते. ब्लॉकचेनच्या क्रांतीला सामील होण्याची आणि हे भविष्य घडवून आणण्याची योग्य वेळ आता आली आहे. सज्ज व्हा.

ऍग्रीटेक: शेती आणि तंत्रज्ञान

जीवनमान उचांवणारी शेतीविषयक बदलाची हवा

आदिमानव शेती करू लागला आणि त्याच्या विकासाची मुगुर्तमेढ रोवली गेली. शेतीने मानवाच्या अस्तित्वाचा पाया घातला. पहिल्यांदा पिकं लावण्यापासून ते आजच्या तंत्रज्ञानाच्या चमत्कारांपर्यंत शेतीत नाट्यमय बदल घडत गेले. या बदलाची खरी जाणीव करून घेण्यासाठी आपण पुन्हा एकदा तिच्या मुळाकडे जाऊया. हजारो वर्षांपूर्वी आपले पूर्वज साध्या हत्याराने जमीन नांगरत होते, शेती लागवड करत होते. ते विशेषतः मान्सून सारख्या ऋतुंच्या भरवशावर अवलंबून शेती करत. शेतीने स्थिर समाजजीवनाला थारा दिला, खानाडी भटक्यांपासून शेती करणारे शेतकरी निर्माण झाले. पिढ्यानपिढ्या चालत आलेलं ज्ञान हे पारंपारिक शेती पद्धतींचा गाभा ठरलं, जिथे हाताची मेहनत, अनुभव आणि जमिनीशी असलेलं जिव्हाळ्याचे नातं अधिकाधिक वृद्धिंगत होत मानवासह पशुपक्षांची भूक भागविण्यास सक्षम ठरलं.

पुढे कृषी क्रांतीसोबत एक निर्णयिक वळण आलं, त्यामुळे यंत्रांची ओळख झाली आणि यंत्रीकृत शेतीचा उदय झाला. ट्रॅक्टरने शेतात

नांगरणी केली जाऊ लागली, आणि हार्वेस्टरने अनपेक्षित गतीने पीक कापणी. मात्र, खरा क्रांतीचा उदय स्मार्ट तंत्रज्ञानाच्या एकत्रीकरणासह झाला. जीपीएस आणि सेन्सर तंत्रज्ञानासहित अचूक खात्रीदायक शेती मुळे शेतकऱ्यांना प्रत्येक शेताचा वेगळ्या पद्धतीने सांभाळ करता आला, संसाधनांचे ऑप्टिमायझेशन करता आलं. डेटा-चालित दृष्टीकोन वापरून शेतकऱ्यांना बदलत्या हवामानाच्या परिस्थितीशी जुळवून घेण्यास सक्षम बनवते आहे. सेन्सर उपकरणं आणि ड्रोन पिकाच्या आरोग्यावर लक्ष ठेवतात, रोग आणि किडींना लवकर शोधतात. जनुकीय अभियांत्रकी आणि जैवतंत्रज्ञान हे दुष्काळ-प्रतिरोधी आणि उच्च-उत्पादन पिकांच्या विकासात योगदान देतात, अन्नधान्य टंचाई आणि भूकमारी सारख्या जागतिक समस्यांना दूर करु शकतात. स्मार्ट शेती या सोबत कृत्रिम बुद्धिमत्ता, इंटरनेट ऑफ थिंग्स (IoT) आणि ऑटोमेशन हे कृषीतील तंत्रज्ञान विकासाचे कळीचे घटक बनले. खात्रीदायक शेतीविषयक तंत्रज्ञान विकसित झाल्याने शेतकऱ्यांना सेन्सरचा वापर, पिक वास्तविक वेळेत मॉनिटर करणे आणि ऑप्टिमायझ करणे, त्यामुळे पाणी-माती याचा वापर कमी करणे शक्य झाले आहे. ड्रोन शेतावरून उंच उडतात, रोपणापासून ते कापणीपर्यंत निर्णय घेण्यासाठी डेटा गोळा करतात. अशी प्रगती फक्त कार्यक्षमता वाढवत नाहीत तर आधुनिक आव्हानांच्या समोर टिकाऊ शेतीची खात्री देते.

जगभरातील शेतीविषयक यशोगाथा तंत्रज्ञानाच्या परिवर्तनशील परिणामाचे उदाहरणं आहेत. नेदरलँड्‌समध्ये व्हर्टिकल फार्मिंग पद्धती वर्षभर पिक उत्पादन सुनिश्चित करतात. युनायटेड स्टेट्‌सच्या

मध्यभागात मोठ्या शेतात ऑटोमेटेड मशिनरी आणि डेटा एनालिटिक्स वापरून उत्पादन पुनर्लेखित केली जाते. भारतात तंत्रज्ञान-चालित ऍप्स शेतकऱ्यांना बाजारपेठच्या किमतीशी जोडतात, पारदर्शकता आणि न्याय्य-व्यापार प्रदान करतात. तंत्रज्ञान आणि शेती यांचा मेळ फक्त पिक घेण्यापुरता नाही तर शेती आधारित नवनवीन व्यावसायिक संधी देखील उपल्बध करून देत आहे. ही स्मार्ट क्रांती आणखी मोठ्या बदलांच्या उंबरठ्यावर उभी आहे. जनुकीय अभियांत्रकी आणि कृत्रिम मांस या सारख्या आघाडीवरच्या तंत्रज्ञानामुळे अन्नाचे उत्पादन आणि वापराबाबत आपल्या समजांनाच हादरवणारे बदल पाहायला मिळू शकतात. जनुकीय तंत्रज्ञानामुळे दुष्काळ व किडी प्रतिरोधी, अधिक पौष्टिक पिक तयार होऊ शकतात, तर मर्यादित जमीन आणि पाण्यातही चांगले उत्पादन घेणे शक्य होईल. कृत्रिम मांस हा दुसरा क्रांतिकारी विकास आहे. पशुधन प्रजननामुळे होणारा पर्यावरणाचा हानी कमी करण्यासाठी पशुउत्पादनाचा हा पर्यावरणस्नेही पर्याय असू शकतो. पेशींची वाढ करणारे तंत्रज्ञान विकसित होत असून, सुटकाच्या काही वर्षांत कृत्रिम मांस बाजारपेठेत येऊ शकते. यासारख्या तंत्रज्ञानामुळे आगामी काळात शेतीचे स्वरूपच बदलून जाण्याची शक्यता आहे.

मात्र, या बदलांसोबतही आव्हाने आहेत. जनुकीय सुधारित पिकांच्या दीर्घकालीन परिणामांबद्दल अद्यापही प्रश्नचिन्ह आहेत. शेतकऱ्यांच्या आजीविकांवर आणि जैवविविधतेवर होणारा परिणामही लक्षात घेण्याजोगा आहे. कृत्रिम मांस ही नैतिक आणि सामाजिक आव्हाने घेऊन येते. या तंत्रज्ञानाची प्रक्रिया किती टिकाऊ आहे? ते परवडणारे

असणार का? या प्रश्नांची उत्तरे मिळाल्याशिवाय कृत्रिम मांस व्यापक स्वीकारार्थ तयार नाही. या आव्हानांना तोंड देण्यासाठी शेतकरी-केंद्रित दृष्टिकोन आवश्यक आहे. शेतकऱ्यांना या नवीन तंत्रज्ञानाबद्दल माहिती देणे आणि प्रशिक्षण देणे महत्त्वाचे आहे. तंत्रज्ञान विकसकांनी शेतकऱ्यांच्या गरजा लक्षात घेऊन परवडणारे, टिकाऊ आणि वापरकर्ता-अनुकूल सोल्युशन्स विकसित केले पाहिजेत. सरकारने नियामक धोरणे तयार करून हितसंबंधींच्या सुरक्षेची हमी घेतली पाहिजे.

इतर तंत्रज्ञानाप्रमाणेच शेतीविषयक तंत्रज्ञान प्रगती काही नैतिक आव्हानांशिवाय नाही. डेटा गोपनीयता, मालकी आणि तंत्रज्ञानामुळे सामाजिक-आर्थिक विभाग वाढण्याची क्षमता ही काही आव्हाने आहेत. नवोपक्रमांमध्ये संतुलन राखणे आणि नैतिक जबाबदारी हे तंत्रज्ञानाचे फायदे विशेषत: कमी उत्पन्नाच्या शेतकऱ्यांमध्ये समान रितीने वाटले जाणे हे सुनिश्चित करण्यासाठी अत्यंत महत्त्वाचे आहे. स्मार्ट शेती नुसतीच उत्पादन वाढवत नाही, तर जागतिक व्यापार आणि नावीन्यांनाही चालना देते. देश स्मार्ट शेती पद्धती स्वीकारतात तसा ते अन्नधान उत्पादनात अधिक कार्यक्षम बनतात, अन्नधान सुरक्षा राखण्यात योगदान देतात. शिवाय, अॅग्रोटेक सोल्यूशन्स, मशिनरी आणि तज्ज्ञांचा निर्यात आर्थिक वाढीचा आकर्षक मार्ग बनतो. तंत्रज्ञान आणि शेतीचा हा समंजस देशांना जागतिक व्यापार आणि नवोपक्रमांच्या आघाडीवर नेतो.

भारतीय संदर्भात, जिथे शेती देशाच्या ओळखीशी जोडली गेलेली आहे, तिथे स्मार्ट शेती अंगीकारणे हेच विधायक आणि शाश्वत

भविष्य आहे. चांगल्या उद्यासाठी तंत्रज्ञान स्वीकारा. स्मार्ट सोल्यूशन्स वापरून भारत वाढत्या लोकसंख्येच्या आव्हानांना तोंड देऊ शकतो, अन्नधान सुरक्षा सुनिश्चित करू शकतो आणि लाखो शेतकऱ्यांचे जीवन उंचवू शकतो. हे आव्हान युवा, उद्योजकां आणि धोरणकर्त्यांना शेतीत तंत्रज्ञान शोधणे, नवोपक्रम करणे आणि अंमलबजावणी करण्यासाठी आहे, ज्यामुळे लवचिक आणि समृद्ध भारताचा मार्ग प्रशस्त होईल. शेतकऱ्यांना यंत्रमान, डेटा आणि नवोपक्रमांनी सक्षम बनवूया. या क्रांतीत आपण सगळे सहभागी घेऊ शकतो, मग ते शेतकरी, उद्योजक, धोरणकर्ते असो वा तंत्रज्ञान प्रेमी नागरिक! शेतीची स्मार्ट क्रांती ही प्रगत तंत्रज्ञान आणि पारंपारिक ज्ञानाच्या सामंजस्याबद्दल आहे. तंत्रज्ञान शेतकऱ्यांना अधिक कार्यक्षम, टिकाऊ आणि नफा देणारे बनवू शकते. शेती आणि तंत्रज्ञान यांचा मेळ घडवून आपण सर्वांनी मिळून शेतीला अधिक टिकाऊ, अधिक उत्पादक आणि अधिक समृद्ध करूया!

आर्टिफिशियल इंटेलिजन्स (ए. आय.)

कृत्रिम बुद्धिमत्ता मानवी कल्पनेपासून वास्तवाच्या उंबरठवावर

कधीकाळ सायन्स फिक्शनच्या कथांमध्येच बंदिस्त असलेला 'कृत्रिम बुद्धिमत्ता' हा शब्द आज आपल्या वास्तवतेचा अविभाज्य भाग बनला आहे. शिक्षणापासून शासकीय व्यवस्थेपर्यंत, आरोग्यापासून कला क्षेत्रापर्यंत प्रत्येक आयुष्याच्या पैलूवर त्याचा प्रभाव दिसू लागला आहे. एवढ्या पटकन हे परिवर्तन कसं घडलं हे समजण्यासाठी आपल्याला थोडे मागे वळावे लागेल. १९५० च्या दशकात अलन ट्युरिंग या पायनियर कंप्युटर शास्त्रज्ञाने 'ट्युरिंग टेस्ट'ची संकल्पना मांडली होती. माणसांसारखे बुद्धिमान वर्तन करणाऱ्या मशीनचे मूल्यमापन करण्यासाठी हा चाचणीचा कसब होता. तेव्हा हे एक धाडसी स्वप्न नव्हते तर पहिलं पाऊल होतं. परंतु, सुरुवातीची प्रगती हळूहळू होते आणि नंतर काही काळासाठी या क्षेत्रात थप्पी पडते, त्यालाच 'एआय विंटर' म्हटले जाते. १९८० च्या दशकात मात्र कॉम्प्युटरच्या क्षमतेत झपाट्याने वाढ आणि अल्गोरिदमच्या नव्या शोधांमुळे एआयला पुन्हा जन्म मिळाला. न्यूरल नेटवर्क्स ही संकल्पना मानवी मेंदूच्या संरचनेवर आधारित असून त्यामुळे एआयच्या क्षेत्रात

क्रांतिकारी बदल घडून आले. यासोबतच प्रचंड डेटाबेस उपलब्ध झाल्याने मशीन लर्निंगची क्षमता वाढली आणि 'कृत्रिम बुद्धिमत्ता' हे स्वप्न वास्तवात उतरू लागले.

आज एआय शब्द आणि तंत्रज्ञान आपल्या दैनंदिन जीवनात इतका गुंफून गेला आहे की, त्याच्या उपस्थितीची आपण जाणीवपूर्वक जाणीवही ठेवत नाही. शाळेत एआय-चालित शैक्षणिक साधने वैयक्तिक शैक्षणिक पद्धतींना चालना देत आहेत. खान अकादमीसारखे प्लॅटफॉर्म मशीन लर्निंग वापरून प्रत्येक विद्यार्थ्याच्या गरजेनुसार धडा बदलतात, त्याद्वारे केवळ समज चांगली होत नाही तर समावेशी आणि गतिशील वातावरणही तयार होते. जगभर विविध सरकारं एआयचा वापर डेटा-चालित निर्णय घेण्यासाठी करत आहेत. प्रचंड डेटाचे विश्लेषण केल्याने संसाधनांचे अधिक कार्यक्षम वाटप, सार्वजनिक सेवांची सुधारणा आणि धोरणांची वेळेत सुधारणा होऊ शकते. एआयचा शासकीय कारभारात समावेश केल्याने अधिक संवेदनशील आणि पारदर्शक प्रशासन निर्माण होणे अपेक्षित आहे.

एआयच्या वाढत्या प्रभावाने आयुष्याच्या प्रत्येक पैलूवर बदल घडवून येत आहेत, पण हा वेगवान प्रवाह संधींसोबतच आव्हानेही घेऊन येत आहे. नोकऱ्या गमावण्याची भीती, गोपनीयतेचे प्रश्न आणि तंत्रज्ञानावर वाढणारी अवलंबित्व ही धोकादायक दिशा आहे. त्यामुळे एआयचा वापर नीट नियोजित करणे आणि जबाबदार पद्धतीने असणे गरजेचे आहे. सर्वात मोठी चिंता म्हणजे नोकऱ्यांचे विस्थापन. एआयने अनेक क्षेत्रांतील कामे यंत्रमान्य केली आहेत, आणि भविष्यात हा ट्रेंड

वाढणारच आहे. परंतु, दुसरीकडे एआय नवीन रोजगार संधीही निर्माण करत आहे. डेटा सायंटिस्ट, मशीन लर्निंग इंजिनिअर, सायबरसिक्युरिटी तज्ज्ञ अशा नव्या भूमिका उदयाला येत आहेत. त्यामुळे नोकऱ्या जाणार नाहीत तर रूपांतरित होतील, त्यासाठी कौशल्यांचे पुनर्संस्करण हाच पर्याय आहे. गोपनीयतेचा मुद्दाही गंभीर आहे. एआय डेटाच्या विश्लेषणावर आधारित असते, त्यामुळे प्रचंड प्रमाणात वैयक्तिक माहिती संकलित होते. या माहितीचा गैरवापर किंवा दुरुपयोग रोखण्यासाठी कठोर नियमावली आणि नैतिक तत्त्वे आवश्यक आहेत. एआयवर वाढणारी अवलंबित्व हे दुर्बलताही ठरू शकते. एआय विकसित करणे आणि नियंत्रित करणे ही जबाबदारी माणसाचीच आहे. तंत्रज्ञानावर पूर्णविलंबित होऊन मानवी बुद्धिमत्ता कमकुवत करण्याऐवजी, दोन्ही एकत्रितपणे वापरून चांगले भविष्य घडवणे हे ध्येय असायला हवे.

एआय ही क्रांतीच्या दिशेने वाटचाल करत आहे, पण सावधगिरीच्या पावलांवर. संधींचा लाभ घेणे, आव्हानांना तोंड देणे आणि जबाबदारीने वापर करणे हेच एआयच्या यशस्वी प्रवासाचे सूत्र आहे. मग संधी आणि सावधगिरी, हा खेळ खेळायचा कसा? कृत्रिम बुद्धिमत्ता (AI) आपल्या जगाला पुनर्लेखित करत आहे, प्रत्येक आयुष्याच्या कोपऱ्यात त्याचा स्पर्श जाणवतो. शाळेत, रुग्णालयात, कारखान्यात, अगदी आपल्या हातातील स्मार्टफोनमध्येही एआय गुंफून गेला आहे. पण हा वेगवान प्रवाह संधींच्या नदीसोबतच आव्हानांच्या समुद्रालाही बरोबर घेऊन येतो. त्यामुळे या खेळात

जिंकण्यासाठी संधींचा लाभ घेणे, सावधगिरी बाळगणे आणि जबाबदारीचे पाऊल टाकणे गरजेचे आहे.

असे असले तरी एआय सोबत जीवनप्रवास सुखकर होणार हे निश्चित. ऑटोनॉमस वाहनांच्या विकासासह वाहन उद्योग एआयच्या आघाडीवर आहे. टेस्लासारख्या कंपन्या स्वयं-चालनाच्या वैशिष्ट्यांची ओळख करून देत आहेत, ज्यामुळे वाहतुकीत क्रांती येण्याची शक्यता आहे. अपघात कमी होणे, कार्यक्षमता वाढणे आणि विशेषतः मर्यादित हालचाली असलेल्या व्यक्तींसाठी प्रवेश सुधारणा हे त्याचे फायदे आहेत. एक रोमांचक क्षेत्र म्हणजे वैद्यकीय एआय. इथे कृत्रिम डॉक्टर आजारांचे लवकर निदान करू शकतात, वैद्यकीय प्रतिमांचे अचूक विश्लेषण करू शकतात आणि वैयक्तिकृत औषधनिर्मितीचा मार्ग दाखवू शकतात. आरोग्य सेवांमध्ये एआय एक गेम-चेंजर आहे. मशीन लर्निंगद्वारे स्वयंचलित निदान साधने वैद्यकीय प्रतिमा अचूकतेने विश्लेषण करू शकतात, त्यामुळे लवकर निदान आणि अचूक उपचार योजनांमध्ये मदत होते. शिवाय, भविष्यसूचक विश्लेषण वैयक्तिकृत औषधे घेण्याचा सल्ला रोग्यांना देऊ शकते. कल्पना करा अशा स्टार्टअपची, जी दुर्लभ आजारांवर लक्षित औषध तयार करू शकतील किंवा एखाद्या स्मार्टफोन अॅपच्या माध्यमातून घरात बसूनच आरोग्य तपासणी करू शकतील. हे फक्त स्वप्न नाही तर भविष्याची वास्तविकता असू शकते. शेतीक्षेत्रदेखील एआयच्या क्रांतीची वाटचाल करत आहे. स्मार्ट कृषी हे संकल्पना मृगजिरी नाही तर प्रत्यक्षता आहे. एआय-चालित ड्रोन शेतीची स्थिती तपासतात, पीक रोग ओळखतात आणि योग्य पिकांना पाणी देतात. त्यामुळे

तरुणांना अशा स्टार्टअपच्या माध्यमातून पावसाच्या अनिश्चिततेवर मात करणारी सिंचन यंत्रणा किंवा हवामान बदलाचा शेतीवर होणारा परिणाम कमी करणारी पिके विकसित करण्याची संधी आहे. अंतराळाच्या अनोखी दुनियेतही एआय आपल्या पंखांची छटाव दाखवतो. यापुढे रॉकेटच्या नियंत्रण कक्षेत एआय बसू शकतो, अंतराळातल्या घरांचे डिझाईन करु शकतो आणि खगोलशास्त्रीय संशोधनाला नवी दिशा देऊ शकतो. तरुणांना अशा स्टार्टअपच्या माध्यमातून स्पेस टॅक्सीची संकल्पना साकार करणे किंवा एआय-चालित स्पेस रोबोट तयार करून अज्ञात ग्रहांचा शोध लावण्याची क्षमता आहे. एकंदरीतच काय तर आर्टिफिशियल इंटेलिजन्स येत्या काळात अनेक कष्टप्रद व वेळखाऊ कामे स्वतःच्या हातात घेऊन मानवाला त्याचे व्यक्तिगत, कौटुंबिक, सामाजिक व अध्यात्मिक जीवन जगण्यासाठी उसंत देऊ शकेल अशी आशा आहे.

स्मार्ट हेल्थकेअर

आश्वासक, निर्भय आरोग्यव्यवस्था, अर्थात 'अद्ययावत आरोग्यव्यवस्था'

ते चित्र आता फार दूर नाही जेव्हा भविष्यात संवेदी उपकरणे (सेन्सर्स) आपल्या कळत-नकळत आपले शरीर तपासतील (स्कॅन) आणि दूरवर असलेल्या आरोग्यतज्ञांशी स्वतःहून संवाद साधतील. मोठ्या प्रमाणात उपलब्ध डेटाचे काही क्षणांत विश्लेषण करुन आरोग्यतज्ञ योग्य अशी वैयक्तिकृत (पर्सनलाईज्ड) औषधयोजना (प्रिस्क्रिप्शन) सुचवतील आणि श्रीडी प्रिंटर लागलीच त्या गोळ्या आपल्यासाठी छापतील (प्रिंट). किमान मानवी हस्तक्षेपाशिवाय स्मार्ट हेल्थकेअर यंत्रणा २४ तास आपले कर्तव्य बजावत राहील. वैयक्तिक आरोग्य माहिती शेअर करणे खूपच संवेदनशील असले तरीही बदलत्या काळात उपलब्ध आरोग्यविषयक बिग-डेटा मुळे एकूणच मानवजातीला याचा फायदा होणे शक्य आहे. म्हणूनच स्थानिक तसेच जागतिक आरोग्य समस्यांचा गुंता लक्षात घेता आरोग्य क्षेत्रात परस्पर सहकार्य वाढविण्यावर पुनःश्च विचार केला जात आहे. बिग-डेटा, इंटरनेट ऑफ थिंग्ज व नागरिकांकडून वाढत असलेला एकूणच तंत्रज्ञानाचा सकारात्मक वापर हा आरोग्यविषयक कंपन्या व सरकारे यांच्यासाठी अनुकूल ठरत आहे.

वर्ल्ड हेल्थ संस्थेनुसार जगभरात ४.३ दशलक्ष तर एकट्या भारतात सहा लक्ष डॉक्टरांची कमतरता आहे. वाढती जागतिक लोकसंख्या आणि आरोग्य क्षेत्रातील अपुरे मनुष्यबळ लक्षात घेता मोबाईल हेल्थला भविष्यात अनन्यसाधारण महत्त्व असणार आहे. अतिशय कार्यक्षम व कमी खर्चिक अशा डिजिटल सेन्सर्सच्या मदतीने वातावरणातील बदल, शुद्धता, तापमान, ध्वनी, कंप, दबाव, पाणी गुणवत्ता, गती, प्रदुषण अशा विविध घटकांचा डेटा जमा करणे शक्य झाले आहे. आर्टिफिशियल इंटीलिजन्स (एआय) आणि मशीन लर्निंग्जच्या मदतीने उपलब्ध महाकाय माहितीचे (बिग-डेटा) पृथक्करण करून दुषित पाणी किंवा अन्नविषबाधा या मागील स्रोत ओळखण्यासाठी विश्लेषण करता येऊ लागले आहे. ड्रोन तंत्रज्ञानाचा वापर करून अवकाशातून तुंबलेल्या पाण्याचे निरीक्षण करून रोगराई नियंत्रणात आणता येते. मोबाईल फोन डेटाचा वापर करून लोकांच्या गर्दीचा ओघ व त्यांच्या प्रवास सवयी याचा अभ्यास करून झिका सारखे जीवघेणे रोग आटोक्यात आणले जाऊ शकतात. शहरातील कोणत्या ठिकाणी कोणते रोग पसरत आहेत व काय उपाययोजना करायला हव्यात यासाठी स्थानिक प्रशासने वैद्यकीय माहितीचा आधार घेत आहेत. प्राप्त माहिती सार्वजनिक करून नागरिकांमध्ये आरोग्यविषयक जागरूकता निर्माण केली जात आहे त्यामुळे आपत्कालीन परिस्थितीत संभाव्य अफवांनाही आळा बसतो व कायदा आणि सुव्यवस्था टिकून राहण्यास मदत होते. आरोग्यविषयक जागरूकता निर्माण करण्यासाठी रुग्णालये आणि चिकित्सालयांत तंत्रज्ञानाचा प्रभावी वापर केला जात आहे.

उदाहरणार्थ प्रगत राष्ट्रांत 'डिजिटल हेल्थ रेकॉर्ड' च्या माध्यमातून नागरिकांना त्यांची आरोग्यविषयक प्रत्यक्षदर्शी (रिअल-टाइम) माहिती मिळते ज्यामुळे त्यांना योग्य त्या प्रतिबंधात्मक दक्षता घेणे शक्य होते. इंग्लंड मध्ये नाइटिंगेल हॉस्पिटल येथे मूळ रचना प्रक्रियेतच रुग्ण अभिप्राय आणि ज्ञानेंद्रियांविषयी अभ्यास समाविष्ट करून घेण्यात आला आहे ज्यामुळे रुग्ण आणि कर्मचारी यांच्यात एक आश्वासक व उपचारात्मक वातावरण निर्माण होते. व्यक्तीच्या अश्रूंचे विश्लेषण करून शरीरातील ग्लुकोज पातळी मोजणारे गुगल स्मार्ट ग्लास तंत्रज्ञान, ऑर्गन-ऑन-चिप, वाढत्या मधुमेही रुग्णांची संख्या लक्षात घेता रक्तातील साखर नियंत्रणासाठी स्वयंचलित कृत्रिम स्वादुपिंड, स्पर्शविरहित तापमापक अशी नवनवीन उत्पादने भविष्यातील आरोग्यव्यवस्थेचा चेहराच बदलून टाकणारी असतील.

सॅन फ्रान्सिस्को शहरात 'गरम असुरक्षा निर्देशांक' अर्थात 'हिट व्हल्नरेबिलिटी इंडेक्स' प्रकल्प सुरु करण्यात आला आहे. हवामानातील बदल वाढत्या तापमानास कारणीभूत ठरतात आणि उष्माघातामुळे आजार आणि मृत्यूच्या शक्यता वाढतात. यामुळे सॅन फ्रान्सिस्कोच्या सार्वजनिक आरोग्य विभागाने उपग्रह प्रतिमा, तापमान आणि लोकसंख्याशास्त्र यांचा अभ्यास करून संवेदनशील भागात, रहिवासी आणि सार्वजनिक आरोग्य कर्मचारी यांच्यात सुसंवाद स्थापित करण्याचे तंत्र विकसित केले आहे. नॉर्वे येथील ओस्लो शहरात जेष्ठ नागरिकांची काळजी घेण्यासाठी सेन्सर्स व स्काईप व्हिडीओचा वापर केला जात आहे. यामुळे जेष्ठ नागरिकांना त्यांच्याच घरात आरोग्यविषियक सुविधा मिळणे शक्य झाल्याने

तेथील सरकारचा नर्सिंग होमवर होणारा खर्च मोठ्या प्रमाणात नियंत्रणात आला आहे. डायरिया, मलेरिया, निमोनिया सारख्या आजारामुळे दर वर्षाला जगभर पाच वर्षे वयाखालील साधारणतः सात दशलक्ष मुले मृत्युमुखी पडतात. यावर उपाय म्हणून अमेरिकेतील बोस्टन हॉस्पिटलने जगातील पहिला इंटरनेट आधारित 'ओपन पेडिआयट्रीक' उपक्रम सुरु केला आहे ज्यामध्ये कुणालाही मागणीनुसार जीवनदायी वैद्यकीय शिक्षण देऊ केले जाते. स्वतः:च्या शरीराविषयी असलेला न्यूनगंड कमी व्हावा व सकारात्मक स्वाभिमान वाढीस लागावा यासाठी न्यूयॉर्क शहराने ट्विटर, युट्युब, फेसबुक सारख्या सोशिअल मीडियाचा प्रभावी वापर करत 'न्यूयार्क गर्ल' नावाचा उपक्रम चालू केला आहे. त्यासोबतच आरोग्यविषयक कार्यशाळा सुरु करून नागरिकांचे स्वास्थ टिकवण्यासाठी प्रयत्न केले जात आहेत. दुबई शहरात आरोग्यसमस्या सोडवण्यासाठी येणाऱ्या पर्यटकांच्या संख्येत दर वर्षाला तेरा टक्क्यांनी वाढ होत असून वर्ष २०२१ पर्यंत दुबई शहरात १.३ दशलक्ष मेडिकल प्रवासी अपेक्षित असल्याने मेडिकल टुरिझम मध्ये मोठी गुंतवणूक केली जात आहे. इतर देशांच्या मानाने भारत देशात कमी खर्चात उत्तम आरोग्यसुविधा मिळत असल्याने जगभरातील लोक आपल्याकडे देखील मेडिकल टुरिझम व्यवसायात मोठी उलाढाल होताना दिसत आहे.

स्मार्ट शहरे ही स्वस्थ असली पाहिजे. त्यासाठी एकात्मिक (इकोसिस्टम) सार्वजनिक आरोग्यवस्थेचा विचार व्हायला हवा. शहरात नागरिकांना फेरफटका मारण्यासाठी निसर्गरम्य उद्याने, व्यायामासाठी खुल्या व्यायामशाळा, खेळासाठी प्रशस्त मैदाने, योगा

व ध्यान केंद्रे, पायी तसेच सायकल चालवण्याची संस्कृती नागरिकांमध्ये रुजावी यासाठी विशेष पादचारी व सायकल पथ, विना कार प्रदेश (नो कार झोन), फुलांनी व झाडांनी गजबजलेले रस्ते, स्वच्छ-सुंदर वसाहती, शुद्ध पिण्याचे पाणी व जागोजागी कचरापेट्या व स्वच्छ सार्वजनिक प्रसाधनगृहे या सर्वांनाचा अंतर्भाव करणे गरजेचे आहे. त्याचबरोबर तीव्र स्वरुपाच्या आजारांचे व्यवस्थापन (क्रोनिक डिसीज मॅनेजमेंट), रुग्ण मुलाखत नोंदणी, रुग्ण सेवा पाठपुरावा, प्रतिबंधात्मक आरोग्य, टेलिमेडिसिन आणि दूरस्थ आरोग्य (रिमोट हेल्थ), लसीकरण, रक्तपेढी व्यवस्थापन, माता-बालक माहिती, आणीबाणी पॅनिक बटन, सर्वकाळ तत्पर रुग्णवाहिका, मध्यवर्ती रुग्ण डेटा आणि वैद्यकीय उपकरणे व औषध निर्मिती कंपन्या तसेच आरोग्य तज्ञ व वैद्यकीय व्यावसायिक या सर्वांचेच परस्पर सहकार्य व सुसंवाद अपेक्षित आहे. या अनुशंघाने आरोग्य डेटा, आरोग्य विश्लेषण, रुग्णांसाठी स्मार्टकार्ड, गेमिफिकेशन तसेच मेडिकल टुरिझम अर्थात आरोग्य पर्यटन क्षेत्रात मोठ्या व्यवसायिक संधी देशातील तरुण, उद्योजक व व्यावसायिकांना खुणावत आहे.

स्मार्ट-शिक्षण

माहितीपलीकडे शहाणपणासाठीचे जीवनमूल्यवर्धित 'अद्ययावत शिक्षण'

तो माझा मॅसेच्युसेट्स इन्स्टिट्यूट ऑफ टेक्नॉलॉजी विद्यापीठातील पहिलाच दिवस होता. घरापासून हजारो किलोमीटर दूर देशात त्या दिवशी माझ्या मनात अनेक गोष्टीबद्दल कुतूहल होतं. नवीन जाणून घेण्याची उत्सुकता तर होतीच परंतु मनात काहीशी धाकधूकही होती. खरं तर विद्यापीठाच्या मोठ्या आवारात (कॅम्पस) मला हरवल्यासारखं झालं होतं. मग मी हळूच खिशातून स्मार्टफोन काढला. एमआयटी विद्यापीठाचं अधिकृत अॅप उघडलं. प्रचंड मोठ्या विद्यापीठ आवारात मी नेमका कुठे उभा आहे ते कळलं. मला नेमकं कुठे जायचं आहे तेही समजलं. तिथे पोहोचण्याचे निरनिराळे मार्ग व पर्याय आणि किती वेळ लागेल ते देखील मला त्या अॅपने सुचवले. माझी पार्श्विका (प्रोफाईल) लक्षात घेऊन अॅपने माझे दिवसभराचे वेळापत्रक मला दाखविले. वर्ग सुरु होण्यासाठी आजून जरा वेळ होता म्हणून मी ग्रंथालयात जाण्याचे ठरविले. ग्रंथालयाच्या प्रवेशद्वारातच अॅप ने मला ग्रंथालय इमारतीचा नकाशा, पुस्तकांची सूची सर्वकाही माहिती माझ्या स्मार्टफोनच्या पडद्यावर दिली. बरोबर दहा मिनिटं बाकी

असताना मला आता निघायला हवं असं अॅपने सुचवलं कारण वर्गाकडे पायी जाण्यासाठी किमान पाच मिनिटं लागणार होते. वर्गात जाऊन बाकावर बसलो तर लागलीच तासाचे वेळापत्रक, वर्गावर तास घेणाऱ्या प्राध्यापकांच्या माहितीसह व अभ्यासाचे साहित्य संगणकाच्या पडद्यावर आपोआप उघडले गेले. त्याचप्रमाणे प्राध्यापककाकडे देखील संगणकावर सर्व विद्यार्थ्यांची माहिती होती. संपूर्ण तासाभरात प्रत्येक विद्यार्थ्याची अभ्यासात किती व कशी गुंतवणूक होती तसेच परस्पर सवांद कसा होता, नेमून दिलेली कामगिरी प्रत्यकाने किती वेळात कशी पार पाडली याचा डेटा प्राध्यापकडे असल्याने त्यांना विद्यार्थ्यांचे परीक्षण करणे सोपे होते. दुसऱ्या दिवशी माझा अभ्यास-गट कोणत्या खोलीत जमा आहे ते अॅप ने मला नेमके सांगितले. परंतु तितक्यातच स्मार्टफोनवर ग्रंथालयातून पुस्तक घेऊन जाण्याची सूचना आली म्हणून ग्रंथालयाकडे वळलो. मला पोहोचायला पाच मिनिट अधिक लागणार असल्याचा संदेश माझ्या अभ्यास-गटाला आपोआप पाठवण्यात आला. पूर्णतः नवीन वातावरण व अनोळख्या संस्कृतीत स्मार्ट शिक्षणाने पुढे वर्षभर मला माझे शैक्षणिक व व्यावसायिक जीवन संतुलित करण्यासाठी मोलाची साथ दिली.

प्रगत राष्ट्रांत विशेषतः आंतरराष्ट्रीय विद्यापीठांत स्मार्ट शिक्षणावर भर दिला जात आहे. विद्यार्थ्यांचा वर्षभराचा डेटा, त्यांची हजेरी, येण्याजाण्याच्या वेळा, सवयी, अभ्यासातील गती, आवडीनिवडी, आरोग्यविषयक माहिती याशिवाय विद्यापीठातील विविध कार्यक्रम, घटनाक्रम, परिषद-कार्यशाळा, व्याख्याने यात विद्यार्थ्यांचा सहभाग

अशा महत्त्वपूर्ण घटकांचे अद्ययावत विद्यार्थी केंद्रित तंत्रज्ञानाच्या माध्यमातून विश्लेषण केले जाते. एका प्राध्यापकांकडून दुसऱ्या पाध्यापकाकडे अथवा एका विभागातून दुसऱ्या विभागात जाताना मला कुठेही मागील पार्श्वभूमी समजावण्यात वेळ वाया घालावा लागला नाही. कमीत कमी कागदांचा वापर करीत माझे शिक्षण पुढे सरकत राहिले. स्मार्टफोन, संगणक तसेच वायरलेस नेटवर्कचा वापर करून भेटीच्या वेळा ठरवणे, मुलाखतीची जागा आगाऊ राखून ठेवणे, अभ्यासाचे नियोजन करणे, अभ्यास-गटाचे उपक्रम ठरवणे सोपे झाले. एमआयटी विद्यापीठात स्मार्ट शिक्षण प्रणालीमुळे शिक्षणव्यवस्थेतील शिक्षक, विद्यार्थी, प्रशासन यासह प्रत्येक घटक कुठे कमी पडतो, कुठे चांगली कामगिरी होत आहे, सुधारणा करण्यास कुठे वाव आहे आदी माहितीसह एकूणच शिक्षणव्यवस्थेचा स्पर्धात्मक विकास केला जातो. तेथील विविध इमारतींमध्ये अद्ययावत तंत्रज्ञानाचा अंतर्भाव केला गेला असल्याने विद्यापीठातील एकूणच ऊर्जा, सुरक्षा, दळणवळण, परस्पर-संवाद अधिक कार्यक्षम आहेत. सोबतच आभासी शिक्षण (व्हर्चुअल लर्निंग), दृक्श्राव्य (ऑडिओ-व्हिज्युअल) माध्यमे, ऑनलाईन व दूरस्थ (डिस्टन्स) शिक्षण यामुळे विविध बाह्य-भागीदारांसोबत (पार्टनर्स) समकालीन (कंटेम्पररी) शिक्षण सुलभ व सुखावह करण्यात आले आहे. 'फ्लिप-क्लास' सारख्या शिक्षणपद्धतीमुळे शिक्षकांनी अध्यापन करण्याऐवजी विद्यार्थ्यांनाच स्वयंअध्ययनासाठी उद्युक्त करण्यात येते.

बदलत्या तंत्रज्ञानामुळे शिक्षणाचा चेहरामोहराच बदलत चालला आहे. कागदी पुस्तकांपासून तर मोबाईलफोन, संगणक पडद्यावर

झळकणाऱ्या डिजिटल शिक्षणसाहित्यापर्यंत, काव्याकुट्ट फळ्यांपासून ते स्मार्ट-बोर्ड पर्यंत, स्थानिकपातळीपासून ते आंतरराष्ट्रीयस्तरावर मर्यादित संसाधनांचा पुरेपूर वापर करत गरज व सोयीनुसार अद्ययावत शिक्षण देणे व घेणे शक्य झाले आहे. बालवयात विद्यार्थी म्हणून शिक्षणप्रक्रियेत दाखल होण्यापासून तर तारुण्यात कुशल मनुष्यबळ म्हणून उत्पादित होण्यापर्यंत व्यक्तिगत शिक्षण एक सुखावह प्रवास निर्माण करणे हा स्मार्ट शिक्षणाचा एक अधोरेखित उद्देश आहे. शिक्षणाचा गुणवत्ता दर्जा उंचावण्यासाठी व विद्यार्थ्यांची शिक्षण आत्मसात करण्याची पातळी वाढवण्यासाठी स्मार्ट क्लासचा वापर करणे क्रमप्राप्त आहे. डेटाआधारित संवादात्मक व सहभागात्मक शिक्षण प्रणाली प्रत्येक विद्यार्थ्यांची व्यैयक्तिक गुंतवणूक, त्याची आवडनिवड कळण्यासाठी महत्वपूर्ण ठरणार आहे. यामुळे एकही विद्यार्थी मागे न राहता सर्वांना समान संधी देणे शक्य होऊ शकेल. वर्गातील तापमान, प्रकाश तीव्रता, ध्वनी लहरींची स्पष्टता, कार्बनडायॉक्साईडचे प्रमाण या सर्वांचा विद्यार्थ्यांची अभ्यासपातळीवर होणार परिणाम अभ्यासणे व विद्यापीठ पातळीवर त्याचे विश्लेषण करणे शक्य झाले आहे. विद्यार्थी, शिक्षक, शिक्षणसाहित्य, शैक्षणिक वातावरण तसेच विद्यापीठं यांचे मूल्यांकन करणे व प्रत्येक घटकासाठी स्मार्ट उद्देश (गोल्स) निश्चित करणे सोपे झाले आहे. शिक्षकांना स्वतःच्या कार्यक्षमता (परफॉर्मन्स) डेटामुळे आवश्यक त्या सुधारणा करणे शक्य आहे. विद्यार्थ्यांनादेखील त्यांचा कार्यक्षमता डेटा उपलब्ध असल्याने कोणत्या विषयात ते मागे पडतात तसेच पुढील अभ्यासासाठी योग्य त्या विषयांची, शिक्षिकांची तसेच विद्यापीठाची

निवड करणे शक्य झाले आहे. शिक्षणप्रक्रियेतून तयार झालेले कुशल मनुष्यबळ व बाजारपेठ आणि उद्योगक्षेत्राची गरज याची योग्य ती सांगड लावली तरच रोजगारनिर्मितीच्या संधी उपलब्ध होतील. तंत्रज्ञान निश्चितच शिक्षणव्यवस्था व उद्योगक्षेत्र यांचा सुसंवाद वाढवू शकते. शिक्षण घेण्यासाठी वयाची मर्यादा नसते हे लक्षात घेऊन भविष्यातील शहरांमध्ये अबालवृद्धांना आवड व सोयीनुसार शिक्षण घेणे शक्य झाले पाहिजे. विशेषतः महिलांसाठी शिक्षणव्यवस्था सुरक्षित व सुलभ केल्या गेल्या पाहिजेत.

भविष्यातील स्मार्ट शिक्षण हे केवळ शिक्षणव्यवस्थेपुरतेच मर्यादित न राहता स्मार्ट शहरांचा एक अविभाज्य घटक बनणार आहेत. वाशिंग्टन येथील ग्रास व्हॅली कमास गार्डन विंडो हे स्थापत्यशास्त्राचा एक उत्तम नमुना आहे. आयबीआय नाईटेंगल येथील ज्ञानेंद्रिय संशोधनानुसार भविष्यातील शिक्षण हे वातावरणातील रंग, वास, आकार यामुळे अधिक आकर्षक होत जाईल. शाळा-महाविद्यालयांच्या स्मार्ट इमारती अनेक शहरांची ओळख बनली आहे. छोट्या छोट्या व स्वतंत्र अशा स्तरावरील माहिती एकत्र करून मोठ्या डेटाचे पृथक्करण व विश्लेषण करत शहराची एकात्मिक व्यवस्था अद्ययावत करणे हा स्मार्ट जीवनशैलीकडे जाण्याचा महामार्ग आहे. 'डेटा लिटरसी' अर्थात माहिती साक्षरता सारख्या उपक्रमांमुळे शालेय स्तरावर विद्यार्थ्यांमध्ये शहरातील जटिल समस्यांविषयी जागृती करणे, स्मार्ट सिटी म्हणजे नेमके काय आणि नागरिक म्हणून काय योगदान शक्य आहे हे सामान्य व्यक्तीला अवगत करणे अशा गोष्टी सोशियल मेडियासह इतर तंत्रज्ञानाचा अवलंब करत स्मार्ट लोकशिक्षण शक्य आहे.

तंत्रज्ञान आणि संशोधन हे जरी स्मार्ट शहर विकासाचे मुख्य घटक असले तरी नागरिकांच्या स्मार्टनेसशिवाय विकास अपूर्ण आहे. स्मार्ट शिक्षणातूनच भविष्यातील स्मार्ट सिटीझन्स निर्माण होणार आहेत. एकूणच काय तर स्मार्ट शिक्षण या पायावरच स्मार्ट शहरांचा कळस रचणे शक्य आहे. गंभीर बाब म्हणजे आधुनिक तंत्रज्ञानाच्या युगात अजूनही जागतिक असाक्षरता प्रमाण सतरा टक्के तर भारतातील असाक्षरता प्रमाण तब्बल सव्वीस टक्के आहे. म्हणूनच स्मार्ट शहर निर्मिती प्रक्रियेच्या आरंभापासूनच स्मार्ट शिक्षणविषयक धोरण निश्चित करणे गरजेचे आहे. स्थानिक प्रशासनाने स्मार्ट शिक्षणव्यवस्थेला प्रोत्साहन दिल्यास देश-विदेशातून मोठ्या प्रमाणात विद्यार्थी शहराकडे आकर्षित होतील. शहराची अर्थव्यवस्था सुधारण्यास मदत होईल. वाढत्या शहरीकरणामुळे होणारे मानवी स्थलांतर, भौगोलिक व भाषिक वैविध्य, कमकुवत पायाभूत सरंचना, कुशल मनुष्यबळाचा अभाव आदी लक्षात घेता भविष्यात स्मार्ट शिक्षण क्षेत्रात गुंतवणूक व व्यवसायाच्या किती व्यापक संधी आहेत हे अधिक सांगणे न लगे.

कम्युनिटी एंगेजमेन्ट

सर्वात्मकतेसाठी सर्वांचा सहभाग, अर्थात 'लोकसहभाग'

कोणतेही शहर, गाव किंवा वस्ती खऱ्या अर्थाने तेंव्हाच स्मार्ट म्हणता येईल जेंव्हा तेथील नागरिकांना श्वसनासाठी शुद्ध हवा, पिण्यासाठी शुद्ध पाणी, पायी चालण्यासाठी स्वच्छ फूटपाथ, चांगली मोबाइल कनेक्टिव्हिटी, भरवशाचा वीजपुरवठा, व्यापक ब्रॉडबँड इंटरनेट, सुरक्षित रस्ते व वसाहती, उत्तम शिक्षण, शिस्तबद्ध वाहतूक व्यवस्था, फेरफटका मारण्यासाठी मोकळ्या जागा, आरोग्य-स्वास्थ्य, मनोरंजनाची मुबलक साधने व सकस अन्नपुरवठा अशा सर्व सोयी उपलब्ध असतील. अर्थातच तंत्रज्ञान यात जरी मोलाची भर घालू शकत असले तरी लोकसहभागाशिवाय सर्व प्रयत्न म्हणजे केवळ प्रयोगच ठरतील. स्मार्ट शहर उपक्रमाचा मुख्य उद्देश आहे तो म्हणजे स्थानिक नागरिकांचे एकूण जीवनमान उंचावणे. त्यामुळे स्मार्ट शहर विकास प्रक्रियेत स्थानिक नागरिकांचा सहभाग अतिशय महत्त्वपूर्ण आहे. कचरा व्यवस्थापनातून ऊर्जा व इंधन तसेच खत निर्मिती, अक्षयउर्जेची साधने, पर्याय व त्यांची देखभाल, इ-गव्हर्नन्सद्वारे सार्वजनिक माहिती, सुरक्षितेतच्या उपाययोजना व गुन्ह्यांना आळा घालण्यासाठी व्हिडीओ क्राईम मॉनिटरिंग यासोबतच नागरिकांचे कान, डोळे यांची मदत, स्मार्ट मीटर्स, पाणी गळती व पाण्याचा

अपव्यय थांबिण्यासाठी पाणी व्यवस्थापन तसेच सांडपाण्याचे नियोजन, सार्वजनिक वाहतूक व्यवस्थेचा अधिकतम वापर, स्मार्ट पार्किंग तसेच टेली-मेडिसिनसह डिजिटल शिक्षण अशा अनेक धोरणांच्या अंलबजावणीसाठी तंत्रज्ञानासोबतच लोकसहभाग निर्णायक ठरणार आहे. अनेकदा असे पाहावयास मिळते की सरकार खूप खर्च करून मोठ्या प्रयत्नाने नागरिकहिताच्या काही सेवासुविधा देऊ करतात पण क्वचितच नागरिकांकडून त्यांचा उपयोग होतो. म्हणूनच जगभरातील सरकारे तेथील स्थानिक नागरिकांना स्मार्ट सिटी प्रक्रियेतील मुख्य भागीदार (स्टेकहोल्डर) या नात्याने प्रक्रियेच्या आरंभीपासूनच समाविष्ट करून घेण्यास आग्रही दिसतात. कारण शेवटी स्मार्ट सिटी ही नागरिकांसाठीच असणार आहे. त्यामुळे त्यांना काय हवं-नको, त्यांच्या समस्या काय आहेत आणि त्यावर त्यांना काय उपाययोजना अपेक्षित आहेत हे प्रत्यक्ष नागरिकांपेक्षा अधिक चांगले कुणीच सांगू शकणार नाही. शहर विकासासाठी लोकांकडूनच वेगवेगळ्या सूचना मागविणे, नवनवीन कल्पना मागविणे, अनेक महत्त्वाच्या धोरणांवर नागरिकांची मते जाणून घेणे, हरकती मागविणे, कला उपक्रम (आर्ट प्रोजेक्ट्स), छायाचित्र स्पर्धा, डिझाईन, संशोधन स्पर्धा, चर्चासत्रे व परिषदा भरविणे अशा काही उपक्रमांमधून लोकसहभागास प्रोत्साहन देणे असे अनेक प्रयोग जगभरात ठिकठिकाणी राबविले जाऊ लागले आहेत.

खरं तर लोकसहभागामुळे प्रशासनालाच अधिक फायदा होत असतो. सक्रिय सहभागामुळे नागरिकांमध्ये सार्वजनिक मालमत्तेविषयी मालकीयत्वांची भावना तर निर्माण होतेच शिवाय उपक्रमांची

अमलबजावणी करण्यासाठी व भविष्यातील देखभालीसाठीही नागरिकांचे सहकार्य प्राप्त होते. शहरांच्या विकासाकरिता पुरेशा भांडवलासाठी नवनवीन उपाय शोधणे गरजेचे आहे. कल्पक विचार महत्वाचे आहेत. व्यापक लोकसहभागातून हे सगळे शक्य होते. त्याचप्रमाणे शहरातील उपलब्ध संसाधनांमध्ये फारसी तोडमोडही करावी लागत नाही. याचे उत्तम उदाहरण म्हणजे साऊथ कोरियाची राजधानी, सोल हे शहर. तेथील प्रशासनाने वाहतूक संदर्भातील माहिती जमा करण्यासाठी सुरुवातीस इमारती व रस्त्यांवर नॉनोसेन्सर्स बसविण्याचा प्रयत्न केला परंतु तरीदेखील तंतोतंत माहिती न मिळाल्याने केलेल्या प्रचंड खर्चाचा काहीही उपयोग झाला नाही. शेवटी त्यांनी कार मालक व चालकांना पटवून रस्त्यांवर धावणाऱ्या पंचवीस हजार टॅक्सींमध्ये जीपीएस आधारित पेमेंट सिस्टम बसविल्याने वाहतुकीची प्रत्यक्षदर्शी माहिती मिळायला लागली. लोकसहभागाची जगभरात अनेक उत्तम उदाहरणे आहेत. आणीबाणीप्रसंगी उपयोगात येणारी अमेरिकेतील ३-१-१ सेवा, स्थानिक तक्रार नोंदणीसाठी फिनलँडची फोरम व्हिरिअम हेलसिंकी सेवा, ऑस्ट्रेलियाची बुश टेलिग्राफ, कॅनडास्थित स्प्रिंगटाइड ही संस्था तेथील प्रशासनासोबत सरकारी धोरणं निश्चित करण्यास मदत करतात व लोकशाही अधिक बळकट करण्यासाठी राजकारणाचे नवीन आदर्श ठेवत आहेत. अमेरिकेतील बस प्रोजेक्ट हा डावे किंवा उजवे असे राजकारण न करता फक्त भविष्यवेधी अमेरिका घडविण्यासाठी नेतृत्व तयार करत आहे. सिटीझन इन्व्हेस्टर ही संस्था सामाजिक प्रकल्पांमध्ये लोकसहभागातून गुंतवणूक करते. अमेरिकेतील ओपन टाऊन हॉल ही अशीच एक संकल्पना आहे जिथे

नागरिक सरकारी धोरणांवर बेधडक टिकाटिप्पणी करु शकतात. ब्रिटनमधील 'फिक्स माय स्ट्रीट' योजना म्हणजे नागरिक त्यांचा पोस्टलकोड टाकून सरकारकडे रस्ता दुरुस्तीची मागणी करतात. क्रिएट फ्रॅकफर्ट, नेदरलँडचे स्मार्ट सिटिझन्स, न्यूझीलण्डची सेन्सिंग सिटी, इटलीची मॉनिटरिंग मॅरेथॉन असे कितीतरी उदाहरणे देता येतील. खूप दूरवर जाण्याचीही गरज नाही. अगदी आपल्या शहरातील नाशिक महानगरपालिकेने देखील लोकसहभागातून अनेक स्तुत्य उपक्रम राबवले आहेत. घरपट्टी, पाणीपट्टी भरण्यापासून तर तक्रार मोबाईलवर नोंदविण्याच्या सुविधांनाही नागरिकांचा चांगला प्रतिसाद मिळत आहे. सकारात्मक लोकसहभागाची आणखी एक चांगले आणि ओळखीचे उदाहरण म्हणजे कुंभथॉन. कुंभमेळ्यातील अनेक जटिल अडचणी सोडविण्यासाठी शहरातील शाळा-महाविद्यालये, तंत्रज्ञ आणि नागरिक यांनी एकत्रित घेतलेला पुढाकार. महात्मा नगर परिसरात स्वछता व सुरक्षितता यासाठी काम करणारा सुजाण नागरिक मंच, नाशिक फर्स्ट, रोटरी व लायन्स क्लब्ज असे अनेक उपक्रम आपल्या आसपास कार्यरत असतात जे आपण स्मार्ट शहरांकडे कूच करण्यासाठी सरकारच्या सोबत असल्याचे दर्शवितात.

बऱ्याचदा आपल्याकडे मानसिकता अशी असते की सगळं काही सरकारनेच केले पाहिजे. प्रत्येक सोय-सुविधेसाठी नागरिक जर सरकारवरच अवलंबून राहिले तर स्थानिक उद्योजकांनी हे लक्षात घ्यायला हवे की यामुळे ते मोठी व्यावसायिक संधी गमावून बसतात. निवडणुकीत आपला मतदानाचा अधिकार बजावून निवडून दिलेल्या लोकप्रतिनिधींवर सगळं काही सोपवून हातावर हात बांधत व्यवस्थेला

नावे ठेवणे जसे योग्य नाही तसेच फक्त कर भरला म्हणजे आपली जबाबदारी आता सरकारची झाली असे समजणेही चुकीचेच. नाही का? मुळात आपण एकंदरीत व्यवस्थेचा एक मुख्य भाग आहोत आणि सरकार सोबतच आपलीही तितकीच जबाबदारी आहे हे लक्षात घ्यायला हवे. एक नागरिक म्हणून आपण बरेच काही करु शकतो. रस्त्यांवरील खड्डे, कचरा, अपघाती ठिकाणे, असुरक्षित जागा, अस्वच्छ शौचालये, बेधुंद धावणारी वाहने, चोरी, पाणीगळती, अन्याय,अत्याचार, भ्रष्टाचार अशा घटना व स्थळांची सचित्र माहिती नागरिक मोबाईलचा वापर करुन प्रशासनास कळवू शकतो. चांगल्या-वाईट घडामोडींची सार्वजनिक चर्चा करु शकतो. त्याचप्रमाणे आपल्याकडे असलेली अतिरिक्त संसाधने सरकारला चांगल्या कामासाठी देऊ करु शकतो जसे अतिरिक्त वीज, जमीन, पाणी आदी. अनेक उपक्रमांत नागरिक देखील व्यवसायांचे भागीदार होऊ शकतात. वर्ष २०५० पर्यंत जगातील पंचाहत्तर टक्के लोकसंख्या ही शहरवासी असणार आहे त्यामुळे व्यवसायाच्या नानाविध संधी देऊ करणाऱ्या स्मार्ट शहरं विकास प्रक्रियेच्या उभरत्या अर्थव्यवस्थेवर नागरिकांनी वेळीच रूढ होणं शहाणपणाचं. कारण स्मार्ट नागरिकांशिवाय स्मार्ट शहर ते काय?

समारोप

खरे तर स्मार्ट तंत्रज्ञान या विषयावर लिहिण्यासारखे खूप काही आहे. बियाँड आयओटी, क्राउडसोर्सिंग, क्राऊडफंडिंग, हायस्पीड ट्रान्सपोर्ट, क्राउडसोर्स्ड अर्बन प्लांनिंग, अर्बनफ्लो, ट्राफिक राऊंटिंग, आर्टिफिशियल इंटेलिजन्स, रोबोटिक्स, व्हर्चुअल रिॲलिटी, अग्युमेंटेड रिॲलिटी, डीप मशीन लर्निंग ब्लॉक-चैन आणि बहुचर्चित चॅट-जीपीटी किंवा येऊ घातलेले गुगल जेमिनाई अशा अनेक विषयांवर स्वतंत्र पाठ होतील. हे सर्व विषय आणि भविष्यात येणाऱ्या तंत्रज्ञानासाठी भेटूयात टेक-वे फॉरवर्ड २.० मध्ये. तूर्तास थांबूयात.

।। हरि ॐ तत्सत् ।।

लेखका विषयी
सुनील खांडबहाले

सुनील शिवाजी खांडबहाले हे एम.आय.टी. पदवीधर, सुप्रसिद्ध भारतीय तंत्रज्ञान संशोधक, उद्योजक आणि संशोधन अभ्यासक, लेखक आणि नामांकित माध्यमांचे स्तंभलेखक आहेत.

खांडबहाले.कॉम KHANDBAHALE.COM हे द्वितीय भाषा संपादन तंत्रज्ञान आणि प्रमुख भारतीय भाषांचे डिजिटल शब्दकोश आणि अनुवादाचे व्यासपीठ तयार करण्यासाठी त्यांची जागतिक स्तरावर ओळख आहे. समयसंगीत (SamaySangit.app), कुंभमेव्यासाठी कुंभथॉन (Kumbhathon), ऑनलाइन ज्ञानेश्वरी रेडिओ (Dnyaneshwari Radio), इंटरनेट कम्युनिटी रेडिओ संस्कृत भारती (Sanskritbharati Radio), गोदावरीआरती.ऑर्ग (GodavariAarti.org), भाषा शब्दलेखन ही त्यांची काही प्रसिद्ध तंत्रज्ञाने आहेत.

अधिक माहितीसाठी sunilkhandbahale.com

लेखकाचे लोकप्रिय

पुस्तकें, ई-पुस्तकें, ध्वनिमुद्रित पुस्तकें

खरेदी करण्यासाठी @ **sunilkhandbahale.com/category/books**

कोहम? मी कोण?
इंग्रजी व मराठी

How was the Universe created?
English

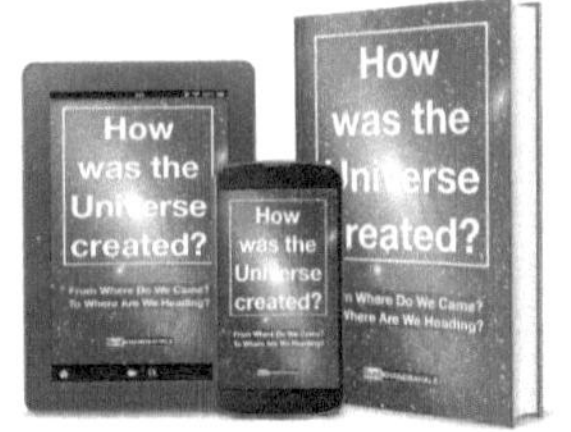

हायटेक वे फॉरवर्ड
इंग्रजी व मराठी

दैवी संपदा
इंग्रजी व मराठी

झपाटलेपण ते जाणतेपण
इंग्रजी व मराठी